சேவல் கூவி விடிந்தது

மு. ராஜேந்திரன்

வெளியீடு

வெளியீடு : 224
ISBN : 978-93-93866-77-6

சேவல் கூவி விடிந்தது
© மு.ராஜேந்திரன்

First Edition	: December- 2024
Pages	: 128
Printing	: Mani Offset Printers, Chennai - 600 077.
Published By	: AKANI VELIYEEDU, No : 3, Padasaalai Street, Ammaiyappattu Vandavasi - 604 408 Thiruvannamalai District Cell : 94443 60421.

விலை: 150

முகம் தெரியாத சமூக நீதிக் காவலர்கள்

சமகால வரலாறு, ஆவணங்களின் அடிப்படையில் பதிவு செய்யப்பட வேண்டும். துரதிர்ஷ்டவசமாக சமகால வரலாற்றை மேடையில் பேசுபவர்கள் கட்டமைக்கின்றனர். அதிக சப்தத் துடன் பேசும் பேச்சுகளே காது கொடுத்துக் கேட்கப்படுகின்றன. அவை உண்மை என்றும் நம்பப்படுகின்றன.

இன்றைய ஓட்டு அரசியலில், பிரச்சனைகள் இருக்கும் வரையில்தான், பல அரசியல் கட்சிகள் தங்கள் இருப்பைக் காட்டிக் கொள்ள முடியும். பிரச்சனைகள் தீர்க்கப்பட்டு விட்டால், பல அரசியல்வாதிகளுக்கு வேலை இல்லாமல் போய்விடும். அவர்களுக்குத் தற்போது கிடைக்கும் முக்கியத்துவமும் கிடைக்காமல் போய்விடும்.

தமிழ்நாடு, கர்நாடகா, கேரளா அரசியலில், தேர்தல் நடக்கும் ஆண்டுகளில்தான் நதிநீர்ப் பிரச்சனை பேசப்படும். அப்பாவி மக்களின் உணர்ச்சிகளைத் தூண்டி, ஓட்டு வங்கியை அதிகரிக்கும் வேலையில் எந்த அரசியல் கட்சியும் ஒன்றுக்கொன்று சளைத்ததில்லை.

இட ஒதுக்கீடு என்பது இந்தியா முழுவதும் உள்ள பொதுப் பிரச்சனை. தமிழ்நாட்டில் 69 சதவிகித இட ஒதுக்கீடு உள்ளது. 50 சதவிகிதத்திற்கு மேல் இட ஒதுக்கீடு தரவே கூடாது என உச்ச நீதிமன்றத்தில் தொடரப்பட்ட வழக்கு 10 ஆண்டுகளாக நிலுவையில் உள்ளது. இந்தியாவில் உள்ள பெரும்பாலான மாநிலங்களின் புரிதல் மட்டுமல்ல, நீதிமன்றங்களின் புரிதலும் 5 சதவிகிதத்துக்கு மேல், இட ஒதுக்கீடு தரக்கூடாது என்பது தான். வடகிழக்கு மாநிலங்களில் சிலவற்றில் 80 சதவிகிதம் என்றும் சில மாநிலங்களில் 70 சதவிகிதம் என்றும் இட ஒதுக்கீடு இருக்கின்றன. இந்த மாநிலங்களின் மக்கள் தொகை தமிழ்நாட் டிலுள்ள ஒரு மாவட்டத்தின் மக்கள் தொகையை விடக் குறைவு. ஆகவே இட ஒதுக்கீடு பெரிதாகப் பேசப்படுவதில்லை.

50 சதவிகித இட ஒதுக்கீட்டிற்கு மேல் தரக்கூடாது என்பதற்கு ஆதாரம் என்ன என்று கேட்டால் 1930களில் வெளியான

காகா கலேகர் ஆணையத்தின் பரிந்துரை என்பார்கள். அதோடு சேர்த்து 1992–இல் வெளியான உச்ச நீதிமன்ற தீர்ப்பு என்பார்கள். இந்தியா முழுவதும் எந்தவிதமான சாதிவாரி கணக்கும் எடுக்கப்படாமல் காகா கலேகர் கொடுத்த அறிக்கையில் எல்லா மாநிலத்திலும் பிற்படுத்தப்பட்டோர், அட்டவணை இனத்தவர் 50 சதவிகிதத்திற்குள்தான் இருக்கிறார்கள் என்கிறது. இதை எப்படி ஏற்றுக்கொள்ள முடியும்? அதுவும் தமிழ்நாடு போன்ற மாநிலங்களில் 90 சதவிகிதத்திற்கு மேல் பிற்படுத்தப்பட்டோர், அட்டவணை வகுப்பினர் வாழ்வதாக நம்பப்படுகிறது. இவர்களுக்கு 50 சதவிகித இட ஒதுக்கீடு எப்படிப் போதுமானது?

50 சதவிகித 'லட்சுமணன் ரேகையை' மீறி வேலை வாய்ப்பில் 69 சதவிகித இட ஒதுக்கீட்டை 22.06.1990-ல் தமிழ்நாடு அரசு வழங்கியது. 50 சதவிகிதத்திற்கு மேல் இட ஒதுக்கீடு வழங்கியதால் இதை எதிர்த்துப் பல வழக்குகள் தொடரப்பட்டன.

தமிழ்நாடு அரசாங்கம் 69 சதவிகித இட ஒதுக்கீட்டைக் காப்பாற்ற உச்ச நீதிமன்றத்தில் போராட வேண்டியிருக்கிறது. இப்போது மகாராஷ்டிரம் போன்ற அரசியல் செல்வாக்குள்ள மாநிலத்தில் ஆரம்பத்தில் 52 சதவிகிதம் என்றும் பின்னர் 62 சதவிகிதம் என்றும் இட ஒதுக்கீடு ஆகிவிட்டது. 2019-ஆம் ஆண்டிலிருந்து சட்டிஸ்கர் மாநிலத்தில் 82% இட ஒதுக்கீடு அனுமதிக்கப்பட்டுவிட்டது. அதனால் தற்போது காகா கலேகர் அறிக்கை பற்றியோ, 50% உச்சபட்சம் என்பது பற்றியோ யாரும் பெரிதாகப் பேசுவதில்லை.

தமிழ்நாட்டில் 1972 மே 15-ல் வெளியான அரசாணை எண் 437ல் மிகவும் பிற்படுத்தப்பட்டோர் என்ற பிரிவு சொல்லப் பட்டுவிட்டது. பலரும் நினைப்பதுபோல அது 1989-ல் வரவில்லை. மிகவும் பிற்படுத்தப்பட்டோருக்கு 20 சதவிகித இட உள் ஒதுக்கீடுதான் 28.3.1989-ஆம் ஆண்டு அரசாணை 242 மூலம் வழங்கப்பட்டது.

20 சதவிகித இட ஒதுக்கீட்டில் வன்னியர்களுக்கு உள் ஒதுக்கீடு தரவேண்டும் என்ற கோரிக்கையை பாட்டாளி மக்கள் கட்சி வைத்தது. திரு சி.என்.ராமமூர்த்தி 20 சதவிகிதத்தில் 15 சதவிகிதம் வன்னியர்களுக்குத் தர வேண்டும் என்று வழக்கு தொடர்ந்தார். இவை அனைத்திற்கும் அடிப்படையாக 1969 -ஆம் ஆண்டிலும், 1985-லும் வெளியான சட்டநாதன், அம்பாசங்கர் அறிக்கைகள் காட்டப்பட்டன.

தமிழ்நாடு பிற்படுத்தப்பட்டோர் ஆணையத் தலைவர் நீதிபதி (ஓய்வு) ஜனார்த்தனத்தின் அறிக்கையின் பேரில் அருந்ததியர்களுக்கு 3% உள் இட ஒதுக்கீடு வழங்கப்பட்டது. முஸ்லீம்களுக்கும், கிறிஸ்துவர்களுக்கும் தலா 3.5 % உள் ஒதுக்கீடு வழங்க, இதே ஆணையம் பரிந்துரை செய்தது. மிகுந்த எச்சரிக்கை உணர்வுள்ள கிறிஸ்துவத் தலைவர்கள் தங்களுக்கு 3.5% உள் இடஒதுக்கீடு வேண்டாம் என்றனர். பிற்படுத்தப்பட்டோருக்கு வழங்கப்படும் 26.5 சதவிகித இட ஒதுக்கீட்டில் இருந்து கொள் கிறோம் என்றனர். ஏனென்றால் கிறிஸ்துவத் தலைவர்களுக்குத் தெரியும், தங்களுக்கு 26.5 சதவிகித இட ஒதுக்கீட்டில் தான் நல்ல பலன் கிடைக்கும் என்று. முஸ்லீம்களுக்குத் தருவது போல 3.5 சதவிகிதம் தங்களுக்குக் கிடைத்தாலும் அது நிச்சயம் 26.5 சதவிகிதத்தைவிடக் குறைவு என்று. முஸ்லீம்களுக்கு 3.5% சதவிகித இட உள் ஒதுக்கீடு வழங்கப்பட்டது.

தமிழ்நாடு அரசின் பிற்படுத்தப்பட்டோர் அமைச்சராக இருந்தவர் திரு எஸ்.எஸ். சிவசங்கர். தற்போது போக்குவரத்துத் துறை அமைச்சராக இருக்கிறார். தமிழக அரசியல்வாதிகளில் 10.5 உள் ஒதுக்கீடு குறித்து சரியான புரிதல் உள்ளவர் திரு.சிவசங்கர். மற்றவர்கள் போல் பிரச்சனை வந்தால் ஒதுங்கிக் கொள்ளாமல் உண்மையை உரக்கப் பேசுபவர். அவர் ஒரு பேட்டியில் சொல்லியிருந்தார்; “10.5 சதவிகித உள் ஒதுக்கீடு என்பது வன்னிய மாணவர்களுக்கும், வேலை தேடுவோருக்கும் கடுமையான பாதிப்பை ஏற்படுத்தும். இந்த உள் ஒதுக்கீடு அமல்படுத்தப்பட்ட 2022–ஆம் ஆண்டு வரை அரியலூர் அரசு கல்லூரியில் மிகவும் பிற்பட்டோருக்கான 20 சதவிகிதமும் வன்னியர்களுக்கே கிடைத்தது. உள் ஒதுக்கீடு அமல்படுத்திய ஆண்டில் வன்னியர்களுக்கு 10.5 சதவிகிதம் மட்டுமே கிடைத் தது. திருச்சியிலிருந்து தொடங்கி தென் மாவட்டங்களில் 10.5 சதவிகிதம் வன்னியர்களுக்கு இடஒதுக்கீடு கிடைத்தாலும் அங்கு சேருவதற்கு வன்னியர்கள் யாரும் இல்லை. வன்னி யர்களுக்கு 20% மொத்த இட ஒதுக்கீடே சாதகமானது. 10.5 சதவிகிதம் என்பது பெருவாரியாக வன்னியர்கள் வாழும் ஊரில் அவர்களுக்குக் கிடைத்து வந்ததைத் தடுப்பது. வன்னிய மக்களே இல்லாத மாவட்டத்தில் கிடைப்பது, இது இரண்டும் வன்னிய மக்களுக்கு நன்மை தராதது.”

10.5 சதவிகித உள் ஒதுக்கீட்டு வழக்கில் 2021–ஆம் ஆண்டு அரசு ஆவணங்கள் நீதிமன்றத்தில் தாக்கல் செய்யப்பட்டன.

அப்போது தான் பல பூதாகர உண்மைகள் வெளியாயின. 1985-ல் வெளியான அம்பாசங்கர் கமிஷன் அறிக்கையில் உறுப்பினர்கள் 14 பேரும், தலைவர் அம்பாசங்கர் அறிக்கையை ஏற்க மறுத்துள்ளனர். ஜெய அக்னி (JA) அம்பாசங்கர் ஒரு முன்னாள் இந்திய ஆட்சிப்பணி அதிகாரி. அவர் தலைமையில் 21 பேர் கொண்ட உறுப்பினர்கள் இருந்தனர். இவர்கள் 22.01.1970-லிருந்து 22.06.1970 வரை 5 மாதங்களில் 98 இடங்களில் சுமார் 3500 சாதித் தலைவர்கள் மற்றும் மக்கள் பிரநிதிகளைச் சந்தித்துள்ளனர்.

ஒரு சாதி தலைவரைக் கேட்டாலே அவர் சொல்லும் சாதிவாரி கணக்கு நிச்சயம் உண்மையைப் பிரதிபலிக்காது. ஒருவரின் கணக்கே இதுவென்றால் 3500 பேர் கொடுத்த கணக்கு உண்மைக்கு எவ்வளவு தூரத்தில் இருக்கும்? இவ்வாறு தயார் செய்த அம்பாசங்கரின் அறிக்கையைக் கூட்டத்தில் கலந்து கொண்ட அனைத்து உறுப்பினர்களும் எதிர்த்துக் கையெழுத்திட்டனர். ஆனால் அன்றைய காலகட்டத்தில் முதலமைச்சர் எம்.ஜி.ஆர். அவர்களால், எதற்காக அம்பாசங்கர் அறிக்கை ஏற்கப்பட்டது என்பதை இந்தப் புத்தகத்தில் சொல்லி இருக்கிறேன்.

தலைவர் மட்டுமே கையெழுத்திட்டு அனைத்து (14) உறுப்பினர்களும் எதிர்த்துக் கையெழுத்திட்ட அறிக்கையில் தமிழ்நாட்டின் மக்கள் தொகை 4,99,90,743 என்றும் அதில் 65,04,855 அதாவது தமிழ்நாட்டின் மொத்த மக்கள் தொகையில் 13.01% வன்னியர்கள் என்றும் அம்பாசங்கர் சொல்லியிருக்கிறார். இந்த அள்ளுபுள்ளிக் கணக்கு விபரம் 5 மாதத்தில் 98 இடங்களுக்குச் சென்று 3500 பேரிடம் கேட்டுப் பெற்ற தகவல். வீடு வீடாகச் சென்று அரசு அதிகாரிகள், ஆசிரியர்கள் சேகரித்த சாதிவாரிக் கணக்கெடுப்பு இல்லை.

2012ஆம் ஆண்டு வெளிவந்த நீதிபதி (ஓய்வு) ஜனார்த்தனன் கமிஷனின் அறிக்கைக்கு உறுப்பினர்கள் 6 பேரும் எதிர்க் கருத்துத் தெரிவித்தனர். சட்டநாதன், அம்பாசங்கர், ஜனார்த்தனம் என மூன்று கமிஷனிலும் உறுப்பினர்கள் அனைவரும் ஒன்று சேர்ந்து எதிர்த்த ஒன்றை நடைமுறைப்படுத்த அன்றைய அரசாங்கங்கள் முயன்றதைக் கேள்வி கேட்க வேண்டிய நேரமும், வாய்ப்பும் 2021-ஆம் ஆண்டு பிப்ரவரி மாதம் 26-ஆம் தேதி திரு. எடப்பாடியின் அதிமுக அரசு 10.5% இட உள் ஒதுக்கீடு வழங்கியபோது வந்தது.

10.5% இடஒதுக்கீடு வழங்கியது தேர்தல் நேரம் என்பதால் தங்களின் சாதியினரின் நலனுக்காக நடத்தப்படுவதாகச் சொல் லப்படும் சாதிக் கட்சிகள் கள்ள மவுனம் சாதித்தன. கட்சிகளின் தலைவர்கள் அமைதி காத்தனர். தேர்தலில் ஒற்றை சீட்டுக்காக அவர்கள் அலைந்து கொண்டிருந்தனர். பிரதான எதிர்க்கட்சி களும் இட உள்ஒதுக்கீட்டைக் கண்டு கொள்ளவில்லை.

2020–ஆம் ஆண்டு மார்ச் மாதம் கொரானா எனும் கொடிய இயற்கைச் சீற்றம் மக்களை முடக்கியது. வீட்டை விட்டு ஜனங்கள் வெளியே வரக் கூடாது என்ற சட்டம் அமலாக்கப்பட்டது. ஏறக்குறைய மூன்று மாதங்கள் இந்தியா வில் எந்தப் போக்குவரத்தும் இல்லை. பல லட்சம் மக்கள் உயிரிழந்தனர். 2021–ஆம் ஆண்டிலும் தேர்தல் நேரத்தில் கொரானாவின் தாக்கம் இருந்தது.

திரு. எடப்பாடி பழனிச்சாமி, திரு. ஓ.பன்னீர்செல்வம் இருவரின் வழிகாட்டுதலில் நடந்த அ.தி.மு.க அரசு பொதுத்தே தர்தலை எதிர்கொள்ள வேண்டியிருந்தது. ஆட்சியை மீண்டும் பிடிக்க அடுத்தடுத்து பல வேலைகளைச் செய்தது. நீதிபதி (ஓய்வு) குலசேகரன் ஆணையத்தை 21.12.2020–ல் நியமித்து 6 மாத காலத்திற்குள் வன்னியர்களுக்கு இட உள் ஒதுக்கீடு தர பரிந்துரைக்க வேண்டும் என்றது. ஏற்கனவே சட்டநாதன், அம்பாசங்கர், ஜனார்த்தனம் கமிஷனில் கிடைத்த அனுபவத்தை வைத்து, குலசேகரன் கமிஷனில் உறுப்பினர்கள் யாரும் நியமனம் செய்யப்பட வில்லை.

21.12.2020–ல் நியமனம் செய்த குலசேகரன் கமிஷனுக்கு 6 மாத கால அவகாசம் தரப்பட்டாலும், கமிஷன் அமைத்த 2–வது மாதத்திலேயே, 5 மாதத்திற்கு முன்பாக அதாவது 8.7.2020–ல் அமைக்கப்பட்ட நீதிபதி (ஓய்வு) தணிகாசலம் கமிஷனிடம் வன்னியர் இடஒதுக்கீட்டிற்காகப் பரிந்துரை 18.02.2021–ல் கேட்கப்படுகிறது. அரசாங்கத்தின் கடிதம் வந்த 4–வது நாள் உறுப்பினர்களைக் கலந்து ஆலோசிக்காமல், தானே அரசுக்கு 22.02.2021–ல் பரிந்துரை கடிதம் அனுப்புகிறார்.

மிகவும் பிற்படுத்தப்பட்டோரை, 10.5%, 7%, 2.5% என்று நீதிபதி தணிகாசலம் மூன்றாகப் பிரித்திருக்கிறார். எந்த அடிப்படையில் பிற்படுத்தப்பட்டோர் சாதிகளை மூன்றாகப் பிரித்தார் என அறிக்கையில் அவர் சொல்லவில்லை. அதுவும் எப்படி ஒரு சாதிக்கு 10.5%, 93 சாதிகளுக்கு 7%, 22 சாதியினருக்கு 2.5% எனப் பரிந்துரைத்தார் என்பது தெரியவில்லை.

நீதிபதி தணிகாசலத்தின் பரிந்துரையைக் கடிதம் வந்த 4–வது நாளில் (26.02.2021) அதிமுக அரசு ஏற்று அவசரச் சட்டம் பிறப்பித்தது. பரிந்துரை கேட்ட 4 நாளில் பரிந்துரை கடிதம், பரிந்துரை வந்த 4 நாளில் உள் இட ஒதுக்கீடு அவசரச் சட்டம், இந்திய வரலாற்றில் இவ்வளவு வேகமாக எந்த ஒரு சட்டமும் இயற்றப்பட்டிருக்காது.

தணிகாசலம் ஆணையத்தின் பரிந்துரையில் 2.5 சதவிகித இட ஒதுக்கீட்டில் 22 சாதிகளைச் சேர்த்திருந்தார். அதில் சம்பந்த மில்லாமல் திருநங்கையர்/அரவாணிகள் சேர்க்கப்பட்டிருந்தனர். யாரும் கண்டுபிடிக்கக் கூடாது என மொத்த எண்ணிக்கை 22ல் திருநங்கையர் 21–வதாகச் சேர்த்திருந்தனர்.

தேர்தல் காலம். கொரானா காலம். அந்த நேரத்தில் தேர்தலை மனதில் வைத்து ஆளும்கட்சி எடுத்த தப்பான முடிவுகளை, பொதுமக்கள் பரிசீலனை செய்யக் கிடைத்த வாய்ப்பாக எண்ணினர். தென்தமிழகத்தில் பல இடங்களில் அதிமுக வின் அமைச்சர்கள் ஓட்டுக் கேட்க போலீஸ் பாதுகாப்புடன் செல்ல வேண்டிய நிலை ஏற்பட்டது. மொட்டை அடித்துக் கொள்ளுதல், சமூக நீதியைப் பாடையில் கிடத்துதல், வீடுகளில் கறுப்புக் கொடி ஏற்றுதல், அமைச்சர்களின் வீடுகள் முற்றுகை என மக்கள் தங்கள் எதிர்ப்பைக் காட்டினர்.

2012–ஆம் ஆண்டு ஜனார்த்தனம் கமிஷனில் உறுப்பினர் செயலராகயிருந்தவன் என்ற முறையில், நான் இதில் தலையிட வேண்டியதாயிற்று. 1985–ல் வெளியான அம்பாசங்கர் கமிஷனின் உறுப்பினர் திரு. வி.வி. சாமிநாதனின் உதவியை நாடினேன். 95 வயதில் அவர் இருந்ததால் வழக்குப் பதிவு செய்வதில் கூடுதல் முயற்சி தேவைப்பட்டது. திரு வி.வி. சாமிநாதன் மனரீதியாகவும், உடல்ரீதியாகவும் திடமாக இருந்ததால், வழக்கு ஏற்றுக்கொள்ளப்பட்டது. அவர் வழக்கில் சேர்ந்தது அனைவருக்குமான சமூக நீதியை நிலைநாட்டப் பெரிதும் உதவியது.

நான் இட ஒதுக்கிட்டிற்கோ இட உள் ஒதுக்கீட்டிற்கோ எதிரானவன் அல்ல. சிறார்கள், இளைஞர்களுக்கு அமைதியான நல்ல எதிர்காலம் அமைத்துத் தருவது. அரசாங்கத்தின் கடமை மட்டும் அல்ல. சமூக உணர்வுள்ள யாரும் அதில் ஈடுபடலாம்.

சமூக அக்கரையுள்ள எளியவர்கள் ஒன்று சேர்ந்து, அதிகார பலமுள்ள திமுக, அதிமுக அரசாங்கங்களின் நிலைப்பாட்டை

எதிர்த்து நடத்திய இந்த சட்டப் போராட்டத்தில் மதுரை உயர் நீதிமன்றக் கிளையும், டெல்லி உச்ச நீதிமன்றமும் சமூக நீதியை வென்றெடுக்க துணைநின்றன.

திக்கற்றோருக்கும், ஆள் பலம், அதிகார பலம் இல்லாதோருக்கும் நீதிமன்றங்களே புகலிடம் என்பது மீண்டும் நிரூபிக்கப்பட்டது. 1985ல் ஆரம்பித்த பிரச்சனை 2022-ல் சரி செய்யப்பட்டது. சாதிவாரிக் கணக்கெடுப்பு நடத்தாமல் இட ஒதுக்கீடு கூடாது என 2012 ஆம் ஆண்டு மே மாதம் 25-ம் தேதி 6 பேர் எழுதிய கருத்து 10 ஆண்டுகள் கழித்து உச்ச நீதி மன்றத்தால் 2022-ஆம் ஆண்டு அங்கீகரிக்கப்பட்டது. 2012 ஆம் ஆண்டு மே மாதம் 25-ஆம் தேதி நாங்கள் ஆரம்பித்த சட்டப் போராட்டம், உயர் நீதிமன்றம், உச்ச நீதிமன்றம் என்று நடந்து 10 ஆண்டுகளுக்குப் பிறகு 2023-ஆம் ஆண்டு மார்ச் 31-ஆம் தேதியில் நிறைவடைந்தது.

தற்போது தமிழகத்திலுள்ள பல கட்சிகள் குறிப்பாக பா.ம.க சாதி வாரிக் கணக்கெடுப்பு நடத்த அரசை நிர்பந்திக்கின்றது. இந்தியாவில் பல மாநிலங்களில் சாதி வாரிக் கணக்கெடுப்பிற்கு ஆணை பிறப்பிக்கப்பட்டுள்ளன. தமிழ்நாட்டில் சாதிவாரிக் கணக்கெடுப்பு நடந்து அதன் அடிப்படையில் அம்பாசங்கர் 1985-ஆம் ஆண்டில் சொல்லியபடி வன்னியர்கள் 13.01% பேர் தமிழகத்தில் இருப்பதாகக் கண்டறியப்பட்டால் வன்னியர் களுக்கு 10.5 சதவிகிதத்தைவிடக் கூடுதலாக கிடைக்கும். அதை அனைவரும் ஏற்றுக்கொண்டு தான் ஆக வேண்டும். அது குறித்து யாரும் வழக்காட மாட்டார்கள்.

நீதிமன்றங்களில் சொல்லப்பட்ட மிக முக்கியமான புகார் என்னவென்றால் தமிழ்நாட்டில் தொடர்ந்து வன்னியர் சமூகத்தைச் சேர்ந்த ஓய்வு பெற்ற நீதிபதிகளே பிற்படுத்தப் பட்டோர் ஆணையத் தலைவர்களாக நியமிக்கப்படுகிறார்கள் என்பதுதான். இந்தப் புகார் தி.மு.க ஆட்சியாளர்களின் கவனத்திற்குச் சென்று சரி செய்யப்பட்டுவிட்டது. தற்போது ஓய்வுபெற்ற நீதிபதி பாரதிதாசன் நியமிக்கப்பட்டுள்ளார். ஓய்வுபெற்ற நீதிபதி குலசேகரன் ஆணையம்போல உறுப்பி னர்களே இல்லாத கமிஷன் தற்போது அமைக்கப் படவில்லை. முன்னாள் இந்திய ஆட்சிப்பணி அதிகாரிகள் முனைவர் எஸ்.கருத்தையா பாண்டியன், முனைவர் எம். ஜெயராமன், திரு. ஆர். கடலைக்கண்ணன், திரு கே.மேகராஜ் இவர்களுடன் முனைவர் பி.மதியழகன், முனைவர் எஸ்.பி. சரவணன்

உறுப்பினர்களாக 2022 நவம்பர் 17 முதல் 3 ஆண்டுகளுக்கு மரியாதைக்குரிய ஸ்டாலின் தலைமையிலான திமுக அரசால் நியமிக்கப்பட்டுள்ளனர்.

எந்தவிதமான பெரிய அரசியல், பொருளாதார வசதி இல்லாத பொதுமக்கள் பலர் தங்களிடமிருந்த 50, 100, 200, 500, 1000 ரூபாய் எனத் தங்களால் முடிந்ததைக் கொடுத்து, 10.5% உள் இட ஒதுக்கீட்டை எதிர்த்து வழக்கு நடத்த உதவினர். வழக்கு முடிந்தவுடன் அவர்களது பெயர்களை, தொகையை திரு. சி. விஜயகுமார் வெளியிட்டார்.

அனைவருக்குமான சமூக நீதியை நிலைநாட்ட எனக்கு உதவிய திருவாளர்கள் கே.கணேசன், காசிமாயன், சி.வாசுநாதன், கே.துரைமணி மற்றும் அகநி வெளியீடு உரிமையாளர்கள் மு.முருகேஷ், அ.வெண்ணிலா பற்றி நான் சொல்லியே ஆக வேண்டும்.

எந்தப் பிரச்சனையிலும் நான் நியாயத்தின் பக்கம்தான் நிற்பேன் என்று உறுதியாக நம்பும் வழக்கறிஞர்கள் உள்ளனர். இவர்கள் அனைவரும் என்னிடம் பணம் ஏதும் வாங்காமல் வழக்கு நடத்துவார்கள். சீனியர் வழக்கறிஞர்கள் ஜஸ்டிஸ் நாகமுத்து, ரெவரண்ட் பாதர் சேவியர் அருள்ராஜ் மற்றும் சென்னை உயர் நீதிமன்ற வழக்கறிஞர் யு.கருணாகரன், டெல்லி வழக்கறிஞர்கள் கௌதம் சோமசுந்தரம், எம்.பி. பார்த்தீபன் மற்றும் மதுரை சூரிய நாராயணன் ராஜகோபால். இவர்கள் மற்ற வழக்கறிஞர்கள் போல என்னிடம் பணம் கேட்டிருந்தாலோ, அல்லது நானே வலிந்துகொடுக்க முயன்ற போது வாங்கியிருந்தாலோ, எனது சட்டப் போராட்டங்கள் என்றோ தடைபட்டு நின்றிருந்திருக்கும்.

இதில் குறிப்பிடப்பட்டுள்ள நான் உட்பட பலர் பொதுவான வர்கள். எந்த சாதி அடையாளமும் இல்லாதவர்கள். வன்னியர் இட உள் ஒதுக்கீட்டால் பலனோ, இழப்போ அடை யாதவர்கள். அனைவருக்குமான சமூகநீதியை நிலை நாட்ட வேண்டும் என்ற ஒற்றை எண்ணம் மட்டுமே கொண்ட எளிய மனிதர்கள்.

18.11.2024

மு. ராஜேந்திரன்

முன்னாள் இந்திய ஆட்சிப்பணி அதிகாரி
dr.mrajendran@gmail.com

சட்டத்தின் உரைகல்லில்

❖

மூன்று தனி ஒருவன்கள்

2021–ஆம் ஆண்டு நவம்பர் ஒன்றாம் தேதி, காலை 7 மணிக்குச் சென்னை சென்ட்ரல் ரயில் நிலையம் வந்தேன். 'புரட்சித் தலைவர் டாக்டர் எம்.ஜி.ராமச்சந்திரன் சென்ட்ரல் ரயில்வே ஸ்டேசன் சே பெங்களூர் ஜானே வாலி' என்று நீட்டி முழங்கியது ரயில் நிலைய அறிவிப்பு. "முடியலப்பா, மூச்சு வாங்குது. ஏம்பா அவங்க கட்சி ஆபீசுக்குச் சிம்பிளா எம்.ஜி.ஆர் மாளிகைன்னு பெயர் வச்சுக்கிட்டு எதுக்குப்பா சென்ட்ரல் ஸ்டேசன்னு காலங்காலமாயிருந்த பேர மாத்தி இத்தன நீளமா நீட்டி முழங்க விட்டுருக்கானுங்க. எம்.ஜி.ஆர். ஸ்டேசன்னு வச்சுத் தொலஞ்சிருக்கலாம்ல?" ரயிலில் என்னருகில் உட்கார்ந்திருந்த பயணி தன்னருகில் இருந்தவரிடம் அலுத்துக்கொண்டார்.

பெங்களூருக்குப் போகும் டபுள் டெக்கர் ரயிலில் என் பேரன் திரேன் ராஜேவின் கைபிடித்தபடி அமர்ந்திருந்தேன். திரேனுக்கு ஐந்து வயது.

இன்று பத்து மணியளவில் மதுரை உயர் நீதிமன்ற கிளையில் வரப்போகும் தீர்ப்பை மனம் யோசித்துக் கொண்டிருக்கிறது.

நீதிமன்றத்துக்கு ஒரு வழக்குச் சென்ற பிறகு, வழக்கின் போக்கு எப்படிச் செல்லுமோ என்றுதான் மனம் பதைத்திருப்போம். ஆனால் இந்த வழக்கைப் பொறுத்தவரை, நீதிமன்ற விசாரணைக்கு எடுத்துக் கொள்ளப்படுமோ என்று ஒவ்வொரு முறையும் பதற்றத்தைக் கொடுத்தது.

முதன்முதலில் மதுரை உயர் நீதிமன்றக் கிளையில் மார்ச் 2021–இல் வழக்குத் தாக்கல் செய்யப்பட்டது. பின்பு அடுத்தடுத்து சென்னை உயர் நீதிமன்றத்திலும் இதே பொருள் குறித்த வழக்குகள் தாக்கலாயின. சென்னையிலும் அதிக வழக்குகள் தாக்கலானவுடன், மதுரை உயர் நீதிமன்ற கிளை

யிலிருந்த அனைத்து வழக்குகளும் சென்னைக்கு மாற்றம் செய்யப்பட்டு, இனி மெட்ராஸ் உயர் நீதிமன்றமே இந்த வழக்குத் தொடர்பான அனைத்து மனுக்களையும் விசாரிக்கும் என்று மெட்ராஸ் உயர் நீதிமன்றம் தெரிவித்தது.

வழக்கின் விசாரணை தொடங்கியது. தொடங்கிய பிறகு வழக்கை விசாரிக்க நியமிக்கப்பட்ட நீதிபதிகள் ஒவ்வொரு வராகத் தாங்கள் இந்த வழக்கின் விசாரணையைத் தொடர விரும்பவில்லை என்று விலகிக்கொண்டனர். மெட்ராஸ் உயர் நீதிமன்றத் தலைமை நீதிபதி சஞ்ஜீப் பானர்ஜியே, இந்த வழக்கை விசாரிக்க தான் விரும்பவில்லை என்று விசார ணையிலிருந்து விலகிக் கொண்டார்.

மெட்ராஸ் உயர் நீதிமன்றத்திலும், அதன் மதுரை கிளையிலும் ஆறு நீதிபதிகள் இந்த வழக்கை மாறி மாறி விசாரித்திருந்தனர். வழக்கில் எந்த முன்னேற்றமும் இல்லாததால், வேறு வழியின்றி டெல்லி உச்ச நீதிமன்றத்துக்குச் செல்ல முடிவு செய்தோம்.

டெல்லி உச்ச நீதிமன்றத்தில் கல்லூரி மாணவர்கள் மு.வெ. அன்புபாரதி, அபீஸ் குமார் இருவரும் வழக்குத் தொடர்ந்தனர். உச்ச நீதிமன்றத்தில் இந்த வழக்கு இரண்டு நீதிபதிகள் கொண்ட அமர்வில் விசாரணைக்கு வந்தது. விசாரணையில் தடையாணை கேட்டோம். தடையாணை வழங்க உச்ச நீதிமன்றம் மறுத்தது.

மீண்டும் சதீஷ் குமார், முத்துக்குமார் ஆகிய இருவர் பேரில் உச்ச நீதிமன்றத்தில் வழக்குத் தொடர்ந்தனர். “இந்த வழக்கை மெட்ராஸ் ஹைகோர்ட் விசாரிக்கிறது. ஹைகோர்ட் என்ன தீர்ப்பு கொடுக்கிறது என்று அறிந்துகொண்டு பின் உச்ச நீதிமன்றம் வாருங்கள்” என்று நீதியரசர் நாகேஸ்வர ராவ் அமர்வு அறிவுறுத்தியது.

வேறு வழியின்றி மீண்டும் மெட்ராஸ் உயர் நீதிமன்றத்தில் புதிதாக முன்னாள் அமைச்சர் வி.வி.சாமிநாதன் அவர்கள் பெயரில் வழக்குத் தொடர்ந்தோம். வழக்கு விசாரணை நடத்து வதற்கு உயர் நீதிமன்ற நீதிபதிகளில் பலர் தயக்கம் காட்டினர். நீதியரசர் எம்.எம்.சுந்தரேஷ் உச்ச நீதிமன்ற நீதிபதியாகப் பதவி உயர்வில் செல்ல இருந்ததால் அவரால் விசாரணையைத் தொடர முடியவில்லை. தலைமை நீதியரசர் சஞ்ஜீப் பானர்ஜி மற்றும் நீதியரசர்கள் ஆதிகேசவலு, கிருபாகரன் இருவரும்

வெளிப்படையாகவே தாங்கள் இந்த வழக்கை விசாரிக்க விரும்பவில்லை என விலகினர்.

மெட்ராஸ் உயர் நீதிமன்றத்தில் விசாரணையை நடத்த நீதியரசர்கள் ஒருவரும் விரும்பாததால், அனைத்து வழக்கு களும் மீண்டும் மதுரை உயர் நீதிமன்ற கிளைக்கே திருப்பி அனுப்பப்பட்டன. இந்திய நீதிமன்ற வரலாற்றில் விசாரணைக்கு முன்பே இந்தளவிற்குப் பந்தாடப்பட்ட வழக்கு, நீதிபதிகளே தயக்கம் காட்டிய வழக்கு, முதன்மை நீதிமன்றத்தில் இருந்து கிளை நீதிமன்றத்துக்கு மாற்றப்பட்ட வழக்கு இது ஒன்றாகத் தான் இருக்கும். நான் சொல்லப்போகும் வழக்கு எதுவென்று இப்போது உங்களுக்குப் புரிந்திருக்கும். ஆம். 2021 பிப்ரவரி சட்டமன்றப் பொதுத் தேர்தல் அறிவிப்பு வந்த அன்று அ.தி.மு.க அரசு, அவசர அவசரமாகக் கொண்டுவந்த மிகவும் பிற்படுத்தப்பட்டோர் இட ஒதுக்கீட்டில் வன்னியர்களுக்கான 10.5 சதவிகித உள்ஒதுக்கீட்டை எதிர்த்துப் போடப்பட்ட வழக்குகள்தான் மேலே சொன்னவை.

வேலை வாய்ப்பிலும் கல்வியிலும் இட ஒதுக்கீடு அவசியம் என்பதுதான் தமிழகத்தின் அனைத்து அரசியல் கட்சிகளின் ஒட்டுமொத்த நிலைப்பாடு. மிகவும் பிற்பட்டோருக்கான 20 சதவிகித இட ஒதுக்கீட்டில் 10.5 சதவிகிதம் வன்னியர்களுக்கும், 96 சாதியினருக்கு 7 சதவிகிதமும், 22 சாதியினருக்கு 2.5 சதவிகிதமும் பிரித்துத் தருவதாக திரு. எடப்பாடி பழனிச்சாமி தலைமையிலான அரசு, 2021 ஆண்டு பிப்ரவரி மாதம் 26ஆம் தேதி மாலை 3.00 மணிக்குச் சட்டமன்றத்தில் தீர்மானம் நிறைவேற்றியது. பிரதான எதிர்க்கட்சியான திமுக அப்போது சட்டமன்றத்தில் இல்லை. ஏதோ ஒரு காரணத்திற்காக வெளி நடப்பு செய்திருந்தது.

பிப்ரவரி 26-ஆம் தேதி சட்டமன்ற நிகழ்ச்சி நிரலில் பரபரப் பான இனங்கள் ஏதும் இல்லை. 2021 சட்டமன்றத் தேர்தலுக் கான அறிவிப்பு அன்று மாலை வெளியாகும் என்ற பலத்த எதிர்பார்ப்பு காலை முதலே இருந்தது. சட்ட மன்றத்தில் அடுத்தடுத்து அவசரகதியான அறிவிப்புகள் வெளியாயின. முதலமைச்சர் செய்த அறிவிப்புகளுக்குப்பின், துணை முதலமைச்சராக இருந்த திரு ஓ.பி.எஸ். பேச அழைக்கப்பட்டார். மிகவும் பிற்பட்டோருக்கான 20 சதவிகித இட ஒதுக்கீட்டில் வன்னியர்களுக்கு 10.5 சதவிகிதம் உள் ஒதுக்கீடு வழங்கப்படும் என்ற அவசரச் சட்ட முன்மொழிவைத் திடீரென அறிவித்தார்.

இட உள்ஒதுக்கீடு என்பது தமிழக இளைஞர்களின் எதிர்காலத்தைப் புரட்டிப் போடக் கூடிய விவகாரம். 112 சாதியினரின் இட ஒதுக்கீட்டு உரிமைகளைப் பறிக்கும் வன்னியர் உள் ஒதுக்கீடு குறித்த அவசரச் சட்டம் எவ்வித விவாதமும் இல்லாமல் சட்டமன்றத்தில் முன் வைக்கப்பட்டதும், ஒன்றிரண்டு மேஜை தட்டல் சம்பிரதாயத்துடன் சட்டமன்றத்தில் நிறைவேற்றப்பட்டதும் துரதிர்ஷ்டவசமானது. சட்டமன்றத்தில் அவசரச் சட்டம் நிறைவேற்றப்பட்ட அதே நேரத்தில் தமிழகத்திற்கான தேர்தல் அறிவிப்பு தொலைக்காட்சிகளில் வெளியானது.

தேர்தல் தேதி அறிவிப்பை எதிர்பார்த்துத் தொலைக்காட்சிப் பெட்டியைப் பார்த்துக்கொண்டிருந்த அரசியல் பார்வையாளர்களுக்கு வன்னியர்களுக்கான இட உள்ஒதுக்கீடு பெரும் அதிர்ச்சியைத் தந்தது. இந்த அறிவிப்பை நிர்பந்தித்துப் பெற்றவர்களுக்கு, இதற்கான 'கிரிடிட்' என்று ஏதாவது இருந்தால் அது வேறு யாருக்கும் போய்விடக் கூடாதே என்ற பதட்டத்தில் பழனிச்சாமி அரசுக்கு நன்றி தெரிவிப்பதற்குப் பதில் தங்களுக்குத் தாங்களே முதுகில் தட்டி மகிழ்ந்தனர். தேர்தல் அறிவிப்பு குதூகலத்திலிருந்த ஊடகங்கள் இந்தச் சுய தம்பட்டங்களைப் பெரிதாக கண்டுகொள்ளவில்லை. ஒன்றிரண்டு தொலைக்காட்சிகளில் மட்டும் விவாதம் நடந்தது.

இந்த அவசரச் சட்டத்தின் மூலம் தரப்பட்ட இட உள் ஒதுக்கீடு வெறும் 'மசோதா' தான். 'மசோதா' என்பது சட்டமாக வேண்டுமென்றால் ஒன்று சட்டமன்றத்தில் விவாதம் நடத்தி, ஆளுநரின் அங்கீகாரம் வாங்க வேண்டும். சட்டமன்றம் நடக்காத காலம் என்றால் ஆளுநரின் அனுமதியோடு சட்டம் இயற்றலாம். ஆளுநரின் அனுமதியில் கையெழுத்தாகும் அவசரச் சட்டம், 6 மாத காலத்துக்குள் சட்டமன்றத்தின் ஒப்புதல் பெற வேண்டும். ஆறு மாதக் காலத்துக்குள் சட்ட மன்ற ஒப்புதல் வாங்க முடியவில்லையென்றால் அவசரச் சட்டம் ரத்தாகிவிடும் என்றும் தொலைக்காட்சி விவாதத்தில் சொன்னார்கள். 'ஓ! இதுதான் விதியா?' என்று சுதாரித்துக் கொண்ட பழனிச்சாமியின் அரசு இரண்டு நாள்கள் கழித்து கவர்னரின் கையெழுத்துடன், "இந்தா பிடி" என்று அவசரச் சட்டத்தை வெளியிட்டது. அரசாணை வந்த தேதி 2021 பிப்ரவரி 28. கவர்னர் பன்வாரிலால் புரோகித் முன்தேதியிட்டு

26ம் தேதியே அவசரச் சட்டத்தில் கையெழுத்திட்டிருந்தார். அவசரச் சட்டத்தின் எண் எட்டு. எட்டாவது பிள்ளை குட்டிச்சுவர் என்பார்கள் தெற்கத்திக் கிராமங்களில்.

சட்டமன்றத்தில் விவாதமின்றி, சம்பிரதாயமாக நடந்த இந்த இட உள்ஒதுக்கீட்டிற்குப் பின்னால் இரண்டு மாத ரகசிய அரசியல் பேரங்கள் (ரகசியம், அரசியல் என்ற இரண்டு வார்த்தைகளில் நல்ல நெருக்கம்) இருந்தன.

இரண்டு மாதம் பின்னோக்கி...

❖

2020 டிசம்பர் மாத இறுதியில், பாட்டாளி மக்கள் கட்சி வன்னியர்களுக்கு உள் இடஒதுக்கீடு வேண்டும் என்ற கோரிக்கையை வலியுறுத்துவதாகச் செய்தி கசிந்தது. பத்தாண்டுகளுக்கு முன்பே அவர்கள் வைத்த கோரிக்கைதான். அதை மீண்டும் வலியுறுத்துவதாகப் பேச்சிருந்தது. அதே நேரத்தில் அரசியல் கட்சிகள் பொதுத் தேர்தலுக்கான ரகசிய பேச்சு வார்த்தைகளின் மும்முரத்திலிருந்தன. அதுவரை பொது வெளியில் பெரியளவில் வெளிவராத கட்சித் தலைவர்களின் குடும்ப உறவுகள் தேர்தல் கூட்டணி பேரத்தை ஆரம்பித்தனர். கட்சிகளின் இரண்டாம் கட்டத் தலைவர்கள், இரண்டு பிரதான கட்சிகளின் அலுவலகங்களுக்குப் போய்வர ஆரம்பித்தார்கள். பிரதான கட்சியின் அலுவலகத்துக்குப் போவது கௌரவக் குறைவான செயல் என நினைப்பவர்கள் நட்சத்திர ஹோட்டலில் பிரதான கட்சியுடன் கூட்டணி பேச்சு வார்த்தை நடத்தி தங்களின் முக்கியத்துவத்தைக் காட்டிக்கொண்டனர். பாமக, தான் சார்ந்திருந்த அதிமுக கூட்டணியிலேயே தொடருமா அல்லது அணி மாறுமா? என்ற விவாதம் தமிழகத்தில் நடந்துகொண்டிருந்தது.

தி.மு.க சார்பில் துரைமுருகன், ஜெகத்ரட்சகன் போன்றவர்கள் பாமகவைத் தங்கள் பக்கம் இழுக்க, பேச்சு வார்த்தை நடத்துவதாக ஊடகங்கள் தெரிவித்தன. 2021 பிப்ரவரி முதல் வாரத்தில் பாமக அதிமுக கூட்டணி பொதுத் தேர்தலிலும் தொடரும் என்று அரசல்புரசலாகத் தெரிந்தது. பாமகவுடனான பேச்சு வார்த்தையில் அதிமுக சார்பில் அன்றைய சட்ட அமைச்சர் சி.வி.சண்முகம், முன்னாள் அமைச்சர் கே.பி.முனுசாமி இருப்பதாகப் பத்திரிகைகளில் செய்தி வந்தது.

இன்னும் கொஞ்சம் பின்னால்...

பத்து வருடங்களுக்கு முன்பு, சரியாகச் சொல்ல வேண்டுமென்றால் 2011-ஆம் ஆண்டு ஜனவரி மாதம் மகாபலிபுரத்தில் நடந்த பாமக கூட்டத்தில் வன்னியர்களுக்கு உள் இடஒதுக்கீடு வேண்டும் என்று வலியுறுத்தப்பட்டது. அதை உடனடியாக நடைமுறைப்படுத்த அப்போதைய பிற்படுத்தப்பட்டோர் கமிஷனின் தலைவர் ஓய்வுபெற்ற நீதிபதி எம்.எஸ்.ஜனார்த்தனம் திருவுளங் கொண்டார். அவர் தலைமைப் பொறுப்பில் இருந்த பிற்படுத்தப்பட்டோர் கமிஷனின் பதவிக் காலம் முடிய ஒரு வாரம் மட்டுமே இருந்தது. அந்த நெருக்கடியில் கமிஷனின் அவசரக் கூட்டத்தைக் கூட்டினார். அப்போது நான் பிற்படுத்தப்பட்டோர், மிகவும் பிற்படுத்தப்பட்டோர் நலத்துறையின் ஆணையராகவும், பிற்படுத்தப்பட்டோர் கமிஷனின் பதவி வழிச் செயலாளராகவும் இருந்தேன். கமிஷனின் கூட்டம் நடக்கும்போது மட்டும் மயிலாப்பூரிலுள்ள பிற்படுத்தப்பட்டோர் ஆணையம் செல்வேன். மற்ற நேரங்களில் என்னுடைய அலுவலகமான எழிலகத்தில்தான் இருப்பேன். பிற்படுத்தப்பட்டோர் ஆணையக் கூட்டம் ஐந்தாறு மாதங்களுக்கு ஒருமுறை நடக்கும்.

திரு. ஜனார்த்தனம் அவர்கள் அழைத்திருந்த அவசரக் கூட்டத்துக்கு ஆறு உறுப்பினர்கள் கூட்டத்துக்கு வந்திருந்தோம். திரு ஜனார்த்தனம் எங்களிடம் அவர் எழுதிக் கொண்டுவந்த ஓர் அறிக்கையைக் காண்பித்தார். அதில் பிற்படுத்தப்பட்டோர் ஆணைய உறுப்பினர்களான எங்களின் கையொப்பத்தைக் கோரினார். அப்போது அவரது அறையிலிருந்த மின்விளக்குகள் அணைந்தன.

கூட்டத்தை எப்படியாவது நடத்திவிட வேண்டுமென்ற அதீத ஆசையில் அவர் இருந்தார். மெழுகுவர்த்திகள் கொண்டு வரப்பட்டன. அவரது பதட்டம் அதிகரித்தது. பிற்படுத்தப் பட்டோர் கமிஷன் மயிலாப்பூர் ஆர்.கே. மடம் சாலையில்

இருக்கிறது. மின்சார வாரியத்தைத் தொடர்பு கொண்ட ஆபீஸ் சுப்பிரண்டன்ட், "சார், கரண்ட் வர ஒரு மணி நேரம் ஆகுமாம். மெயின்டெனென்ஸ்" என்றார். "பக்கத்தில் இருக்கும் சங்கீதா ஹோட்டலில் கூட்டத்தை நடத்தலாம்" என்றார் நீதிபதி. அவர் வாகனத்தில் ஆணைய உறுப்பினர்கள் யாரும் ஏறவில்லை. ஏனென்றால் அவர் உறுப்பினர்கள் யாரையும் அவரது வாகனத்தில் ஏற்ற மாட்டார். எனது வாகனத்தில் அவர்களை ஏற்றிக் கொண்டேன். அந்த ஐந்து நிமிட கார் பயணத்தில் திரு ஜனார்த்தனம் எழுதியிருந்த 75 பக்க அறிக்கையைப் புரட்டிப் பார்த்தேன். கடைசிப் பத்தியைப் படித்தபோது எனக்கு அதிர்ச்சியாகிவிட்டது.

முதலமைச்சர் ஜெயலலிதாவிடம் விவாதிக்கப்படாத ஒரு விசயத்தை ஜனார்த்தனம் அந்த அறிக்கையில் எழுதியிருந்தார். வன்னியர்களுக்கு 10.5 சதவிகித இட உள்ஒதுக்கீடு தர வேண்டும் என்பதே அந்த அறிக்கையின் கடைசி பத்தி. திரு. ஜனார்த்தனம் கொடுக்கப்போகும் அந்த அறிக்கையை அரசாங்கம் ஏற்றுக்

கொண்டால் தமிழகத்தில் வன்னியர்கள் அதிகமாக உள்ள 7 வடமாவட்டங்களிலும், இதர மிகவும் பிற்படுத்தப்பட்டோர் அதிகமாக உள்ள 22, கிழக்கு, மேற்கு, தெற்கு மாவட்டங்களிலும் என்ன மாதிரியான எதிர்வினை வரும் என்று தெரியாது. பெரும் சட்டம் ஒழுங்கு பிரச்சனைகள் வரலாம்.

தமிழ்நாட்டில் முறையான சாதிவாரி கணக்குகள் ஏதும் எந்தக் காலத்திலும் எடுக்கப்படவில்லை. 1983-ஆம் ஆண்டில் அமைக்கப்பட்ட இரண்டாம் பிற்படுத்தப்பட்டோர் ஆணையக் குழுவின் தலைவராக அம்பாசங்கர் என்பவர் இருந்தார். அவர் ஓர் ஓய்வு பெற்ற ஐஏஎஸ் அதிகாரி. அம்பாசங்கர் கமிஷனில் உள்ள சாதிவாரி கணக்கு மட்டுமே அன்றும், இன்றும் நம்மிடம் இருக்கிறது. இந்தச் சாதிவாரி கணக்குக் கூட குறிப்பிட்ட மாவட்ட ஆட்சியர்களிடம் வாங்கியவைதான். 1985-ஆம் ஆண்டு அம்பாசங்கர் தந்த அறிக்கை பலரால் விமர்சிக் கப்பட்டது. அவர், தான் சார்ந்த வன்னியர் சமூகத்தினரின் எண்ணிக்கையை எவ்வித ஆதாரமும் இன்றி அதிகப்படுத்திச் சொல்லியிருந்தார். 13.01 சதவிகிதம் வன்னியர்கள் தமிழகத்தில் இருக்கிறார்கள் என்று அவர் சொல்லிய அதிர்ச்சித் தகவல்

புள்ளியியல் துறையையே வாய்விட்டுச் சிரிக்க வைத்தது. அவர் சொன்ன 13.01 சதவிகித அள்ளுபுள்ளிக் கணக்கை ஆணையத்தின் 14 உறுப்பினர்கள் எதிர்த்தனர். அவரது அறிக்கையை ஏற்கக் கூடாதென்று எழுதிக் கையெழுத்திட்டனர். கமிஷனின் தலைவரான திரு அம்பாசங்கர் மட்டுமே பரிந்துரை செய்த சாதிவாரிக் கணக்கு அப்போதிருந்த அரசியல் சூழல் காரணமாக ஏற்கப்பட்டது. அம்பாசங்கர் கமிஷனின் ரிப்போர்ட் அரசுக்கு வந்த நேரம் முதலமைச்சர் எம்.ஜி.ஆர் அமெரிக்காவில் உயிருக்குப் போராடிக் கொண்டிருந்தார். நெடுஞ்செழியன் தமிழகத்தின் பொறுப்பு முதல்வராகப் பெயருக்கு இருந்தார். வன்னியர் இனத்தைச் சேர்ந்த பண்ருட்டி ராமச்சந்திரன் பலமிக்க அமைச்சராக, மாநில நிர்வாகத்தை வழிநடத்திக் கொண்டிருந்தார்.

1985–ஆம் ஆண்டு திமுகவின் தலைமை அலுவலகமான அண்ணா அறிவாலயம் திறப்பு விழா. செங்கல்பட்டிலும், திண்டிவனத்திலும், விக்கிரவாண்டியிலும் சாலையெங்கும் மரங்கள் வெட்டிப் போடப்பட்டதால் போக்குவரத்து ஸ்தம் பித்தது. சென்னையிலிருந்து திரும்பியவர்கள் தாக்கப்பட்டனர். அப்போதைய காவல்துறை ஐ.ஜி. ஸ்ரீபால், சாலைகளில் பயணித்து, கும்பல்களைக் கலைக்க உத்தரவிடவில்லை. ஹெலி காப்டரில் பயணித்துச் சட்டம் ஒழுங்கு கடமையை 'மேம் போக்காக' நிலைநாட்டும்படி அவருக்கு உத்தரவிடப்பட்டதாம். "என் கைகள் கட்டப்பட்டிருக்கின்றன" என்றாராம். இதெல்லாம் அமெரிக்க மருத்துவமனையிலிருந்த முதலமைச்சருக்கு உளவுத் துறை ஐ.ஜி. சர்மா மூலம் தெரிவிக்கப்பட்டது. அமைச்சர் திரு வி.வி.சாமிநாதனை முதலமைச்சரின் செயலாளர், தொலை பேசியில் அழைத்து விசாரித்தார்.

சிகிச்சை முடிந்து சென்னை திரும்பிய முதலமைச்சர் மின் துறை அமைச்சர் பண்ருட்டி ராமச்சந்திரனை நெய்வேலியில் நடந்த மின்துறை சம்பந்தப்பட்ட கூட்டத்துக்குப் போக வேண் டாம் என்று நிறுத்திவிட்டு வி.வி.சாமிநாதனை அனுப்பினார். அழைப்பிதழில் பண்ருட்டியின் பெயர் இருந்தாலும் வி.வி.சாமி நாதன் மின்துறை அமைச்சராக கூட்டத்தில் கலந்துகொண்டார்.

அப்போதைய காங்கிரஸ் கட்சியின் பலமிக்க தலைவராக யிருந்த வன்னியர் சமூகத்தைச் சேர்ந்த திரு திண்டிவனம்

ராமமூர்த்தியின் பீட்டர்ஸ் காலனி வீட்டில் இருபதுக்கும் மேற்பட்ட ஆளும்கட்சி வன்னியர் எம்.எல்.ஏக்கள் கூடி, திரு.பண்ருட்டி ராமச்சந்திரனை முதலமைச்சராக்கத் திட்ட மிடுவதாக உளவுத்துறை செய்திகள் வந்தன. சாதி அபிமானம் இல்லாதவர்கள் என்று நம்பப்படும் கம்யூனிஸ்ட் கட்சி எம்எல்ஏக்களில் சிலர் கூட அந்தக் கூட்டத்தில் கலந்து கொண்டார்கள். கம்யூனிஸ்ட் கட்சித் தலைவர் கல்யாணசுந்தரம் வி.வி.சாமிநாதனிடம் இதைச் சொல்லி வருத்தப்பட்டாராம். திரு. வி.வி.சாமிநாதன், அவருடனான நேர்ச்சந்திப்பில் என்னிடம் கூறிய தகவல்கள் இவை.

இந்தச் சமயத்தில்தான் ஆந்திரா முதலமைச்சர் என்.டி. ராமராவ் பிரதமர் இந்திரா காந்தியிடம் மோதல் போக்கில் இருந்தார். ராமராவின் மந்திரி சபையில் பாஸ்கர ராவ் என்பவர் இருந்தார். ராமராவ் உடல்நிலை சரியில்லாமல் இருந்தார். அதைப் பயன்படுத்திக் கொண்டு சில எம்எல்ஏ க்களின் உதவியால் பாஸ்கர் ராவ் முதலமைச்சராகப் பதவி ஏற்றார். இதே போன்று தமிழகத்திலும் நடக்கும் சூழல் உருவாயிற்று.

பிரதமர் இந்திரா காந்தி ஒரே நேரத்தில் ஆந்திராவிலும், தமிழ்நாட்டிலும் மக்கள் செல்வாக்குள்ள முதலமைச்சர்களோடு பிரச்சினை செய்ய விரும்பவில்லை. திரை மறைவில், சூழ்ச்சியின் மூலம் பண்ருட்டி ராமச்சந்திரனை முதலமைச்சராக்க டெல்லி மறுத்துவிட்டது. அமைச்சர் பதவியிலிருந்து பண்ருட்டி ராமச்சந்திரனை முதலமைச்சர் எம்.ஜி.ஆர். நீக்கினார்.

★

2011-ஆம் ஆண்டு ஜனவரி மாத ஆரம்பத்தில் சங்கீதா ஓட்டலில் பிற்படுத்தப்பட்டோர் ஐந்தாவது கமிஷனின் தலைவர் ஜஸ்டிஸ் (ஓய்வு) ஜனார்த்தனம் கூட்டிய கூட்டத்தில் அமர்ந்தபடி 1985ல் நடந்த நிகழ்வுகளை நினைத்துப் பார்த்தேன். பண்ருட்டி ராமச்சந்திரன் மூலம் அரங்கேறிய அம்பாசங்கர் கமிஷன் என்ற மைனாரிட்டி அறிக்கை, 25 வருடங்கள் கழித்து மீண்டும் சபையேறப் பார்ப்பதைப் புரிந்து கொண்டேன். (அடுத்த முயற்சி 2021ஆம் ஆண்டில்)

ஆணையக் கமிஷனின் தலைவர் எம்.எஸ். ஜனார்த்தனத்தைக் கேட்டேன். "24 மனை தெலுங்கு செட்டியார்கள், முக்குலத்தோர் தங்களை மிகவும் பிற்படுத்தப்பட்டோர் வகுப்பிலும், நரிக் குறவர்கள் தங்களை அட்டவணை வகுப்பிலும் அரசுக்குப் பரிந்துரை செய்யச் சொல்லி நம்மிடம் தொடர்ந்து வேண்டு கோள்கள் வைத்தார்கள். அப்போதெல்லாம் வீடு வீடாகச் சென்று சாதிவாரிக் கணக்கெடுப்பு நடத்தினால் தான் இவர்கள் கோரிக்கையைப் பரிசீலித்து அரசுக்கு பரிந்துரை செய்ய முடியும் என்று சொன்னீர்கள். இப்போதும் சாதிவாரிக் கணக்கு எடுக்கவில்லை. பின்பு எந்த அடிப்படையில் வன்னியர்களுக்கு 10.5 சதவிகித உள்ஒதுக்கீட்டிற்கு அரசுக்குப் பரிந்துரை செய்ய வேண்டும் என்று எங்களிடம் கையெழுத்து கேட்கிறீர்கள்?" என்றேன். ஆணையத் தலைவரிடம் பதில் இல்லை.

"உங்கள் பதவிக் காலமே இன்னும் ஏழு நாள் தான் இருக்கிறது. எதற்காக இந்தப் பரிந்துரை கடைசி நேரத்தில்?"

"செகரட்டரி சந்தானம் ஐஏஎஸ் என்னிடம் கேட்டார்" என்றார்.

"முந்தைய திமுக அரசின் துணை முதல்வராகயிருந்த திரு.ஸ்டாலினிடம், அவர்களின் ஆட்சி முடிய ஒரு வாரம் இருந்தபோது வன்னியர் சங்கத் தலைவர் திரு சி.என். ராம மூர்த்தி, கொடுத்த பெட்டிசன் அது. அதன்மீது செகரட்டரி சந்தானம் சார் இப்போது அதுவும் அதிமுக ஆட்சி அமைந்த பிறகு எப்படிக் கேட்க முடியும்? இன்றைய முதலமைச்சர் செல்வி ஜெயலலிதாவிடம் இட உள்ஒதுக்கீடு குறித்து விவாதிக்கப்படவில்லை. ஆகவே மேற்கொண்டு விவாதித்து நேரத்தை வீணடிக்காமல், வந்ததற்கு காபி, டிபன் சாப்பிட்டுவிட்டுக் கூட்டத்தை முடிப்போம்" என்றேன்.

அடுத்துப் பேராசிரியர் சுந்தரம் பேசினார்.

சார், "நீங்கள் கொண்டுவர நினைக்கும் பரிந்துரைக்கு எவ்வித அடிப்படை ஆவணங்களும் இல்லை. முறையான சாதிவாரி கணக்கெடுப்பு இல்லாமல் வன்னியர்களுக்கு 10.5 சதவிகித உள் இடஒதுக்கீட்டிற்கு நாம் பரிந்துரை செய்தால் மீதி உள்ள 116 மிகவும் பிற்பட்ட சாதி மக்கள் பாதிப்படைவார்கள். இடஉள்ஒதுக்கீடு என்பது சாதியால் கட்டமைக்கப்படுவதில்லை."

பிற்படுத்தப்பட்டோர் ஆணைய உறுப்பினர் டாக்டர் சுந்தரம் சென்னைப் பல்கலைக்கழகத்தின் சோஷியாலஜி துறையின் தலைவர். தொடர்ந்து பல பிற்படுத்தப்பட்டோர் ஆணையங்களின் உறுப்பினராகயிருப்பவர். கடலூர் மாவட் டத்தைச் சேர்ந்தவர். சமூகவியலில் உலகம் முழுவதும் அறியப் பட்ட அறிஞர். அவரைத் தொடர்ந்து பேசவிடாமல் திரு ஜனார்த்தனம் தடுத்தார். “நீங்கள் பார்வர்ட் கம்யூனிட்டி. உங்களுக்கு இந்த விசயங்கள் புரியாது என்றார்.” டாக்டர் சுந்தரம் சங்கடப்பட்டுத் தலைகுனிந்தார். நான் தலையிட்டு அவரைத் தொடர்ந்து பேச வற்புறுத்தினேன். அவர், “இட உள் ஒதுக்கீடு என்பது சட்டவிரோதம். அது மிகவும் பிற்பட்ட மக்களுக்குள் பிரிவினையை உண்டாக்கும். என்னுடைய மாணவிதான் டாக்டர் ராமதாஸின் மருமகள் சௌமியா. நல்ல பெண். அவர் சென்னைப் பல்கலைக்கழகத்தில் என்னிடம் படித்தபோது மருத்துவக் கல்லூரி மாணவராக இருந்த டாக்டர் அன்புமணி பல்கலைக்கழகத்துக்கு வருவார். ஒருமுறை அவரை அழைத்து அறிவுரைகூட சொல்லியிருக்கிறேன். நல்ல பிள்ளையாகக் கேட்டுக்கொண்டார். உங்களுக்கு (திரு ஜனார்த்தனம்) ஏதும் நிர்பந்தம் இருந்தால் டாக்டர் அன்பு மணி மூலமாகக் கூடப் பேசுகிறேன்’ என்ற ஒரு யதார்த்த யோசனையை திரு ஜனார்த்தனத்திடம் தெரிவித்தார்.

“நீங்கள் பிறப்பால் முன்னேறிய சமூகத்தவர். உங்களுக்கு மிகவும் பிற்பட்டோரின் உணர்வுகள் புரியாது” என்றார் ஆணையத் தலைவர் திரு. ஜனார்த்தனம். ஏற்கனவே சொன் னதை, குரலை உயர்த்தி மீண்டும் சொன்னதால் டாக்டர் சுந்தரம் வருத்தமாகிவிட்டார்.

இரு கைகளையும் கூப்பியபடி என்னிடம் சொன்னார். “சார், பிற்படுத்தப்பட்டோர் கமிஷன் தலைவரின் அமில வார்த் தைகளை நான் முதல் முறையாகக் கேட்கவில்லை. பலமுறை இப்படித்தான் பேசுகிறார். அதனால் ஆணைய உறுப்பினர் பதவியிலிருந்து விலக வேண்டும் என்று முடிவு செய்திருந்தேன். நீங்கள் ஆணையத்தின் செகரட்டரி பொறுப்பிற்கு வந்தீர்கள். அதனால் பதவியில் தொடரலாம் என நினைத்தேன். உங்களுக்கு முன்பே கமிஷன் தலைவர் இப்படிப் பேசுகிறார், பாருங்கள்” என்றார்.

"பேராசிரியர் சுந்தரம்! பதட்டப்படாதீர்கள், கமிஷன் தலைவர் இப்படிப் பேசுவதை இன்றுதான் நான் முதன் முதலாகக் கேட்கிறேன். இதற்கு முன்பு சார் இப்படிப் பேசியதில்லை?" என்றேன்.

"ஆமாங்க சார். இன்று ரொம்ப டென்சனில் இருக்கிறார். நினைத்ததை நடத்திக் காட்ட நினைக்கிறார். நீங்கள் கேட்ட 24 மனை தெலுங்குச் செட்டியார்கள், நியாயமான கோரிக்கை வைத்திருக்கிறார்கள். நரிக்குறவர்கள் தங்களை மற்ற மாநிலங் களில் உள்ளதுபோல அட்டவணை வகுப்பில் சேர்க்கச் சொல்லி நம்மிடம் பரிந்துரை கடிதம் பலமுறை கேட்டார்கள். முக்குலத்தோரை ஒரே சாதியாக மாற்ற ஆணையத்தின் தீர்மானம் கேட்டு நடையாய் நடக்கிறார்கள். இதற்கெல்லாம் கமிஷன் தலைவர் பதில் சொல்ல மாட்டார். ஆனால் இன்றைக்குப் பாருங்கள். அவர் வேகத்தை."

"கமிஷன் தலைவர் ஜனார்த்தனம் ஆணைய உறுப்பினர் டாக்டர் சுந்தரத்தைப் பற்றி அப்படிச் சொல்லியிருக்கக் கூடாது" என்று உறுப்பினர்கள் கருத்துத் தெரிவித்தனர். டாக்டர் சுந்தரம் என்னைப் பார்த்தபடி தொடர்ந்தார்.

"சார், மன்னித்துவிடுங்கள். நான் அடுத்து அமையப் போகும் பிற்படுத்தப்பட்டோர் ஆணையத்தில் உறுப்பினராகத் தொடர விரும்பவில்லை. எனது பெயரை அரசாங்கத்துக்குப் பரிந்துரைக்காதீர்கள், ப்ளீஸ்" என்று சொல்லி டாக்டர் சுந்தரம் கண்கலங்கினார்.

ஆணையத் தலைவர், தானே தயாரித்துக் கொண்டுவந்த அறிக்கையை எடுத்தேன்.

"தமிழகத்தில் சாதிவாரி கணக்கெடுப்பு நடத்தப்படவில்லை. மேலும் ஆந்திரா அரசின் உள் இடஒதுக்கீடு சட்டத்தை எதிர்த்து சின்னையா என்பவர் உச்ச நீதிமன்றத்தில் முறையிட்டுள்ளார். அந்த வழக்கு நிலுவையில் உள்ளது. அதனால் இட உள்ஒதுக்கீடு குறித்து நாம் அரசுக்குப் பரிந்துரைத்தால் அது உச்ச நீதிமன்ற அவமதிப்பாகக் கருதவும் இடமுண்டு. அதனால் தீர்மானத்தை எதிர்க்கிறேன்" என்று எழுதிக் கையொப்பமிட்டேன். பேராசிரியர் சுந்தரம், டாக்டர் முத்துக்குமார் (பின்னாளில் திருச்சி பாரதிதாசன் பல்கலைக்கழகத் துணைவேந்தரானார்)

முன்னாள் சென்னைப் பல்கலைக்கழகத் துணைவேந்தர் டாக்டர் எஸ்.பி.தியாகராஜன், டாக்டர் தாண்டவன் (பின்னாளில் சென்னைப் பல்கலைக்கழகத் துணைவேந்தரானார்) சிவகங்கை முன்னாள் எம்.எல்.ஏ. முருகானந்தம் ஆகியோர் எனது கருத்தை ஆதரித்து 10.5 சதவிகித உள்ஒதுக்கீட்டிற்கு எதிராகக் கையெழுத்திட்டனர். மற்றொரு உறுப்பினரான ஏழுமலை (பின்னாளில் ஆரணி எம்பி) கூட்டத்துக்கு வரவில்லை.

திரு. ஜனார்த்தனம் மட்டும் வன்னியர்களுக்கு 10.5 சகவிகித இட உள்ஒதுக்கீடு தரலாம் என்று அவரே தயாரித்து வந்த அறிக்கையில் அத்தனை உறுப்பினர்களும் எதிர்ப்பார்கள் என அவர் நினைக்கவில்லை போலும், தனியொருவராகக் கையெழுத் திட்டார். விரக்தி முகத்தில் அப்பட்டமாகத் தெரிந்தது. "இந்த ஆணையத்தின் தலைவிதியே இதுதான். ஆணையத் தலைவர் அம்பாசங்கர் காலத்திலும் இப்படித்தான் நடந்தது. அனைத்து உறுப்பினர்களும் அவர் கருத்துக்கு எதிர்கருத்து தெரிவித்தனர். ஆனால் ஆணையத் தலைவர் கருத்தைத்தான் அரசு ஏற்றது" என்றார். கிளம்பும் முன், "நாளை முதலமைச்சரைப் பார்க்க நேரம் வாங்கியிருக்கிறேன்" என்று சொல்லிவிட்டுக் கிளம்பி னார்.

'இவரைத் தடுக்க வேண்டுமே' என்று நினைத்து, முதல மைச்சர் செயலாளர் திரு.ராமலிங்கம், ஐஏஎஸ்ஸைத் தொடர்பு கொண்டேன். "பிற்படுத்தப்பட்டோர் ஆணையத் தலைவர் ஜனார்த்தனம் முதல்வரை மரியாதை நிமித்தமாக பார்க்க வேண்டும் என்று தான் சொன்னார். மற்றபடி வன்னியர் உள் இடஒதுக்கீடு பற்றியெல்லாம் எதுவும் சொல்லி நேரம் கேட்கவில்லை, சரி பொறுங்கள் நான் கேட்டுவிட்டு லைனில் வருகிறேன்" என்றார். சிறிது நேரத்துக்குப்பின் எனது அலை பேசிக்கு வந்த முதலமைச்சரின் செயலாளர், "ஆணையத் தலைவர் ஜனார்த்தனம் முதலமைச்சரைப் பார்க்க வர வேண்டாம். அவருக்கு ஒதுக்கப்பட்ட அப்பாயின்ட்மென்ட் கேன்சல்ட்" என்று நீங்களே அவரிடம் சொல்லி விடுங்கள்" என்றார். திரு ஜனார்த்தனம் அன்று போனவர்தான். நானும் அவரை மறந்துவிட்டேன்.

அடுத்த இரண்டு மாதத்தில் பிற்படுத்தப்பட்டோர் ஆணை யத்திற்கான புதிய தலைவர் மற்றும் உறுப்பினர்களுக்கான

தேர்வு ஆரம்பமாகியது. பிற்படுத்தப்பட்டோர் நலத்துறையின் ஆணையர் என்ற முறையில் தலைவர், உறுப்பினர்களுக்கான பரிந்துரைகளை என்னிடம் கேட்டு அரசிடமிருந்து கடிதம் வந்தது. டாக்டர் சுந்தரத்தை மட்டும் அவரே வேண்டாம் என்று சொன்னதால் விட்டுவிட்டு மற்றவர்களின் பெயர்ப் பட்டியலை அனுப்பினேன். நான் அனுப்பிய ஆணைய உறுப்பினர்கள் பட்டியல் அரசால் அப்படியே ஏற்றுக்கொள்ளப்பட்டது.

திரு ஜனார்த்தனம் ஏற்கனவே ஆறுவருடங்கள் ஆணையத் தலைவர் பதவியில் இருந்திருந்தார். பிற்படுத்தப்பட்டோர் ஆணையத்தின் தலைவர்களாக திருவாளர்கள் அம்பாசங்கர், தணிகாசலம், கே.எம்.நடராஜன், ஜனார்த்தனம் என்று தொடர்ந்து வன்னியர்களே இருந்ததால் வன்னியர் அல்லாத மூன்று ஓய்வு பெற்ற நீதிபதிகள் பட்டியலை அரசுக்கு அனுப்பினேன். நான் அனுப்பிய பட்டியலில் இல்லாத திரு ஜனார்த்தனம் மீண்டும் கமிஷன் தலைவராக நியமிக்கப்பட்டார். (அடுத்து ஆறு ஆண்டுகள் பதவி அவருக்கு வழங்கப்பட்டது.)

திரு. ஜனார்த்தனம மீண்டும் ஆணையத் தலைவராகப் பதவி ஏற்றபோது நான் அவரைப் பார்க்கச் செல்லவில்லை. அரசு தரப்பில் யாராவது போய் அவரைப் பார்க்க வேண்டும் என்பது சம்பிரதாயம். அதை என்னிடம் சொல்ல முடியாது என்பதால் பிற்படுத்தப்பட்டோர் நலத்துறையின் அரசு செயலாளரே பிற்படுத்தப்பட்டோர் ஆணையத்துக்குப் போய் அவரைப் பார்த்து வாழ்த்து சொல்லிவிட்டு வந்தார்.

எனக்குப் பெருமை
❖

அடுத்த நான்கு நாட்களில் எனக்கு மாறுதல் ஆணை வந்தது. (யோசிக்க வேண்டாம்) டம்மி போஸ்டிங் இல்லை. மதிப்புமிக்க பதவியான வேளாண்மைத் துறை இயக்குநராக நியமனம் செய்யப் பெற்றேன். 2012, பிப்ரவரி மாதம் 21-ஆம் நாள் நான் பிற்படுத்தப்பட்டோர் நலத்துறை ஆணையர் பதவியிலிருந்து என்னை விடுவித்துக் கொண்டு, வேளாண்மைத் துறைக்குச் சென்றேன். அடுத்த மூன்று மாதங்களில் பிற்படுத்தப்பட்டோர் ஆணையத்தில் ஒரு முரட்டு வேலை நடந்திருக்கிறது. தேதியைச் சரியாகச் சொல்ல வேண்டுமென்றால் 2012-ஆம் ஆண்டு மார்ச் மாதம் 23-ஆம் தேதி திரு.ஜனார்த்தனம் உறுப்பினர்களைக் கலந்து ஆலோசிக்காமல் (ஆலோசித்தால்தான் பிரச்சினை வருதே) வன்னியர்களுக்கு 10.5 சதவிகித உள்இடஒதுக்கீடு தரவேண்டும் என்று, தனிப்பட்ட முறையில் கடிதம் அனுப்பி யிருக்கிறார். அதோடு சேர்த்து என்னைப் பற்றி ஓர் அறிக்கையும் அனுப்பியிருக்கிறார். நான் அரசு விதிகளை மதிக்காமல் மற்ற உறுப்பினர்களைக் கூட்டுச் சேர்த்துக்கொண்டு அவரது முயற்சிகளுக்குத் தடை செய்ததாக எழுதியிருக்கிறார். என்மீது நடவடிக்கை எடுக்க வேண்டும் என்ற கோரிக்கை வேறு. இப்படி ஒரு கடிதம் அரசுக்கு அனுப்பியது யாருக்கும் தெரியாது. இந்தக் கடிதத்தைப் பற்றி 2021 பிப்ரவரியில்தான் வெளியில் தெரிந்தது. என்மீது புகார் சொல்லி எழுதப்பட்ட கடிதத்தைத் தேடினேன். 2022-இல் பிப்ரவரி மாதம் 22, 23 தேதிகளில் நடந்த உச்ச நீதிமன்ற விசாரணையில் என்னைப் பற்றி திரு ஜனார்த்தனம் எழுதிய புகார்க் கடிதம் இருந்தது. (இணைப்பில் சேர்த்திருக்கிறேன்.)

ஜனவரி 2021-இல் வன்னியருக்கான உள் இடஒதுக்கீடு பற்றி அரசல் புரசலாகப் பேச்சு வந்தது. நான் எழுதிய சுயசரிதை நூலான, "செயலே சிறந்த சொல்" என்ற 900 பக்கம் நூலைப் பிரித்துப் பார்த்தேன். பத்து வருடங்களுக்கு முன்பு அதாவது மே 2011-இல் அரசுக்கே நாங்கள் அனுப்பாத வன்னியர்

உள் இடஒதுக்கீடு குறித்த ஜனார்த்தனம் கமிஷன் அறிக்கை, அதுகுறித்து நடந்த வாக்குவாதங்களை நான் அந்தப் புத்தகத்தில் எழுதியிருந்தேன். அவற்றை மீண்டும் படித்துப் பார்த்தேன். (நான் பிற்படுத்தப்பட்டோர் ஆணையர் பதவியிலிருந்து மாறிய 32 நாளில் திரு ஜனார்த்தனம் நாங்கள் நிராகரித்த அறிக்கையை மீண்டும் அனுப்பியது எனக்குத் தெரியாது. இந்த விசயம் 10 வருடங்கள் கழித்தே வெளியில் தெரிந்தது.)

2021 பிப்ரவரி 16–ஆம் தேதி ஆங்கில ஹிந்து பத்திரிகை என் புத்தகத்திலிருந்த பதிவுகளை வெளியிட்டது. பத்திரிகையில் வந்தவுடன் புத்தகத்தின் மீது சிறிது புகழ் வெளிச்சம் விழுந்தது. ‘செயலே சிறந்த சொல்’ புத்தகத்தைச் சிலர் கேட்டு வாங்கினார்கள். உடனே எதிர் வினையும் வந்தது.

‘ஹிந்து பத்திரிகையில் வந்த செய்தி தவறு’ என்று பிற்படுத்தப்பட்டோர் நலத்துறையின் முன்னாள் அரசு செயலர் திரு.சந்தானம், ஐஏஎஸ் தெரிவித்தாக ஹிந்து பத்திரிகை நிருபர் திரு.கோலப்பன் என்னிடம் சொன்னார். “10.5 சத விகிதம் வன்னியர் இட உள்ஒதுக்கீட்டிற்கான ஜனார்த்தனம் அறிக்கையை அரசாங்கத்துக்கு நான் அனுப்பவேயில்லை. கோப்பில் ‘filed’ என்று எழுதி முடித்து வைக்கப்பட்டது. அந்தக் கோப்பு நிச்சயமாக எனது அலுவலகத்தைவிட்டுப் போகவே வாய்ப்பு இல்லை” என்றேன்.

“இல்லை சார். சந்தானம் ஒரு டாகுமென்ட் அனுப்பியிருக்கிறார் அதைப் பாருங்கள்” என்று சொல்லி, ‘வாட்ஸ் அப்பில்’ அனுப்பினார். அசந்துவிட்டேன். பத்து ஆண்டுகள் தூங்கிய பூனைக்குட்டி வெளியில் வந்துவிட்டது. அதுதான் திரு. ஜனார்த்தனம், தனது ஆணைய உறுப்பினர்களைக் கலந்து ஆலோசிக்காமல் தனிப்பட்ட முறையில் வன்னியர்களுக்கு உள்இடஒதுக்கீடு தரலாம் என்று பரிந்துரைத்த கடிதம்.

“கோலப்பன்! நான் பிற்படுத்தப்பட்டோர் ஆணையராகயிருந்த பிப்ரவரி 2012 வரை இந்தக் கடிதம் அரசுக்குப் போகவில்லை. நான் வேளாண்துறைக்குப் போன பிறகு ஒரு மாதம் கழித்துப் போயிருக்கிறது. பிற்படுத்தப்பட்டோர் ஆணையம் என்பது தலைவர், உறுப்பினர்கள் கொண்டது. தலைவர் என்பவர் உறுப்பினர்களில் ஒருவர், அவ்வளவுதான். அவர் தனிப்பட்ட முறையில் எழுதும் கடிதம் என்பது ஆணையத்தின் பரிந்துரை அல்ல. அதைவிட பத்து வருடங்களுக்கு முன் எழுதப்பட்ட

இந்தக் கடிதத்துக்கு அரசாங்கம் எந்த முக்கியத்துவமும் தராது” என்றேன். அரசாங்கம் இருக்கும் பரிதாப நிலை தெரியாமல். “இரண்டு ஆளுங்கட்சி எம்.எல்.ஏக்கள் சேர்ந்து போய்ப் பேசினாலே போதும், எதுவும் நடக்கும்” என்ற அரசியல் சூழல்.

வன்னியர் இட உள்ஒதுக்கீடு கேட்டு ரகசியப் பேச்சு வார்த்தைகள் அதிமுகவில் உள்ள வன்னியத் தலைவர்களுடன் நடப்பதாக காசி மாயன் என்னிடம் தெரிவித்தார். காசி மாயன், தவமணி தேவி, தேனி அன்பழகன், அஜிஸ் நகர் செட்டில்மென்ட் பி.கே.துரைமணி, மறவர் கூட்டமைப்பு ஆலோசகர் செ.விஜயகுமார், செட்டில்மென்ட் கள்ளர்களான பிரிசிலி நகர் அண்ணாதுரை, பழனிச்சாமி, பம்மல் இன்பராஜ், பசும்பொன் நகர் ரவிச்சந்திரன், அஜிஸ் நகர் பாண்டித்தேவன், ககனதாஸ், முன்னாள் எஸ்.பி. திரு ரத்தினசபாபதி, கம்பம் ஜெயக்குமார் போன்றோர் அப்போதைய துணை முதலமைச்சரைச் சந்தித்தனர். பொதுத்தேர்தல் வர இருக்கும் நேரத்தில் எந்த விபரீத முடிவும் எடுத்துவிட வேண்டாம் என்று கேட்டுக்கொண்டனர்.

அப்போது துணை முதலமைச்சர் திரு ஓ.பி.பன்னீர்செல்வம், முதலமைச்சரின் செயலாளரைப் பார்க்கும்படி கூறியதால் அவரைச் சந்தித்தனர். “அவருக்குப் புரிய வைக்க முடியவில்லை சார்” என்றார் காசி மாயத்தேவர்.

அன்றே சீர்மரபினர் நலவாரியத் தலைவர் திரு. சோ.அய்யரையும் காசி மாயன் குழு சந்தித்தது. “அப்படி எதுவும் நடக்க நிச்சயம் வாய்ப்பில்லை” என்று சோ.அய்யர் சொன்னாராம். ஆனால் இட உள் ஒதுக்கீட்டிற்கான விவாதங்கள் ரகசியமாக நடைபெறுவதாக குழுவினர் நம்பினர்.

அவரவர் தங்கள் ஊருக்குக் கிளம்பினர். பிரமலைக் கள்ளர், மறவர், தொட்டிய நாயக்கர், குறவர், போயர், இசைவேளாளர் சாதிச் சங்கங்கள் அமைச்சர்களின் வீடுகளை முற்றுகையிட்டு மனு அளிக்க முடிவு செய்தனர். மறுபடியும் திரு.சோ. அய்யரின் அழைப்பு வந்தது. உடனே சென்னைக்கு வந்தனர். பிப்ரவரி 25ஆம் தேதி காலையில் அவரைச் சந்தித்தனர். “போராட்டத்தைக் கைவிடுங்கள். ஒன்றும் தப்பாக நடக்காது” என்று திரு சோ.அய்யர் வலியுறுத்திக் கூறியதை நம்பி போராட்டத்தைக் கைவிட்டனர். அன்று மாலை என்னைச் சந்தித்த தவமணி தேவியும், தேனி அன்பழகனும்,

"சார், நாங்கள் யாரையும் நம்ப முடியவில்லை. ஆனால் ஏதோ பெரிசா நடக்கப் போகுது. அய்யர் சார் எங்களைச் சட்டத் துறை துணைச் செயலாளர் அறைக்கு அழைத்துச் சென்றார். அவர் ஒரு பெண் அதிகாரி. "மதிய உணவில் இருக்கிறார்" என்று பியூன் சொன்னார். "இன்னொரு முறை பார்க்கலாம்" என்று சொல்லி, அய்யர் சார் எங்களை அழைத்து வந்துவிட்டார். பின்பு பிற்படுத்தப்பட்டோர் நலத்துறை செகரட்டரியுடன் காரில் ஏறிப் போய்விட்டார்" என்றார்கள். சீர்மரபினர் நலச் சங்கத்தின் பொருளாளர் பள்ளிக்கரணை ஜெயராமன், வேட்டைக்கார நாயக்கர் வழக்கறிஞர் வேதாசலம், கந்தர்வக் கோட்டை கண்ணன் ராஜமாணிக்கமும், தவமணி தேவியின் கருத்தை வலியுறுத்தினார்கள்.

★

2021-ஆம் ஆண்டு பொதுத் தேர்தலுக்கான அறிவிப்பை இன்னும் ஒன்றிரண்டு நாட்களில் தேர்தல் ஆணையம் வெளியிடும் என்ற எதிர்பார்ப்பு பரவலாகயிருந்தது. அன்றைய அதிமுக அரசு தினம் தினம் அறிவிப்புகளாக வெளியிட்டது. செய்தித் தொலைக்காட்சிகளுக்கு நல்ல வேட்டை. ஆ,ஊ என்றால் பிரேக்கிங் நியூஸ்தான். தேர்தல் வரும் நேரத்தில் வெளியிடப்படும் அறிவிப்புகள் அனைத்தும் ஏறக்குறைய மக்களால் மறக்கப்படும் அல்லது தங்களாலேயே மறக்கப்படும் என்று ஆளுங்கட்சிக்கும் எதிர்க்கட்சிகளுக்கும் தெரியும். அதனால் அவர்களும் அதிமுக அரசு அவசர கதியில் வெளி யிட்ட அறிவிப்புகளைக் கண்டு கொள்ளவில்லை. கூட்டணிக் கட்சிகளுடன் ரகசியப் பேச்சு வார்த்தைகள் மும்முரமாக நடந்து கொண்டிருந்தன. பல கட்சிகள் ஆளுங்கட்சியுடனும் எதிர்க்கட்சியுடனும் ஒரே நேரத்தில் பேச்சுவார்த்தைகள் நடத்தின. பேச்சுவார்த்தை நடத்திய இரண்டாம் கட்டத் தலைவர்களில் முக்கால்வாசிப் பேர் அறிவிக்கப்படாத சாதித் தலைவர்கள்தான். அவர்கள் இடுப்பில் கட்டுவது ஏதாவது ஒரு பிரதானக் கட்சியின் கரை வேட்டி என்றாலும் சாதிக்கறை எப்போதும் அவர்கள் மனதில் இருக்கும். இது எல்லோருக்கும் தெரிந்த ரகசியம்.

பாட்டாளி மக்கள் கட்சியும், தேமுதிகவும் எந்தக் கூட்ட ணியில் சேருகிறதோ அந்தக் கூட்டணி வெற்றிபெறும் என்று பாரதிய ஜனதா கட்சி நம்பியது. இரண்டு கட்சிகளையும் அதிமுக கூட்டணிக்குள் கொண்டுவர பாஜக முயன்றது.

அதிமுக கூட்டணியில் பாமக தொடரும் என்று ஒரு தரப்பில் பேசப்பட்டது. ஏனென்றால் சில மாதங்களுக்கு முன்பு தான் பாமக இளைஞர் அணித்தலைவர் டாக்டர் அன்புமணி ராமதாசுக்கு அதிமுக அரசு, நாடாளுமன்ற உறுப்பினர் ஆகும் வாய்ப்பை வழங்கியது. இன்னொரு தரப்பில், பாமக அதிமுக கூட்டணி ஒரு வருடத்துக்கு முன்பு நடந்த நாடாளுமன்றத் தேர்தலில் படுதோல்வி அடைந்திருந்ததால் அதிமுகவுடன் கூட்டணியைத் தொடராது என்று பேசப் பட்டது. தொலைக்காட்சி விவாதங்களில், ‘கூட்டணி’ என்று பேசியவர்களைவிட, சந்தர்ப்பவாதக் கூட்டணிப் பற்றி பேசியவர்களே அதிகம். சந்தர்ப்பவாதக் கூட்டணி என்ற சொற்றொடர் தமிழுக்குக் கிடைத்த புது வரவு.

அரசியலில் நிரந்தர நண்பன் யாரும் இல்லை என்று யதார்த்த வாதிகள் பேசினர். வன்னியர்களுக்கான உள் இடஒதுக்கீடு குறித்து அதிமுக அரசு ஏதாவது விபரீத முடிவு எடுக்கப் போகிறது என்று சீர்மரபினர் நலச்சங்கத்தினர் நினைத்தனர்.

ஜஸ்டிஸ் (ஓய்வு) குலசேகரன் கமிஷனை டிசம்பர் 2020 இல் அதிமுக அரசு நியமித்திருந்தது. 6 மாதங்களுக்குள் சாதி வாரி மக்கள் தொகை கணக்கெடுப்பை நடத்த வேண்டும் என்று குலசேகரன் ஆணையத்துக்கு ஆணையிட்டிருந்தது. ஆணையத்துக்கு உதவுவதற்காக ஒரு மாவட்ட வருவாய் அலுவலரும், இரண்டு புள்ளியல் துறை அலுவலர்களும், ஓட்டுர்களும், அலுவலக உதவியாளர்களும் நியமிக்கப்பட்டிருப் பதாக அரசாணை வந்தது. ஆனால் பிப்ரவரி 2021 வரை அதற்கான வேலை எதுவும் துவங்காமல் இருந்தது. “பத்துப் பேரை வைத்துக் கொண்டு எப்படித் தமிழகம் முழுவதும் சாதிவாரிக் கணக்கெடுக்க முடியும்? அடுத்த அம்பாசங்கர் தயாராகிவிட்டாரா? கடைசி நேரத்தில் கூட்டணி தர்மத்திற்காக அதிமுக அரசு ஏதாவது செய்துவிடுமா? (சந்தர்ப்பவாத கூட்டணி போல கூட்டணி தர்மம் என்பதும் தமிழுக்குப் புதிய வரவு.)

★

26–ஆம் தேதி காலை 10 மணிக்கு தி.நகர் பசும்பொன் திருமண மண்டபத்தில் நடந்த சீர்மரபினர் ஆலோசனைக் கூட்டத்தில் பேசியவர்கள், “அதிமுக அரசு கட்டாயம் உள் இட ஒதுக்கீடு குறித்து எதுவும் அறிவிக்காது. சட்டமன்றம் நடந்து

கொண்டிருக்கிறது. தேவர் சாதி அமைச்சர்கள் ஆறு பேர் இருக்கிறார்கள். முத்தரையர் சாதி அமைச்சர் வளர்மதிதான் பிற்படுத்தப்பட்டோர் நலத்துறை அமைச்சராக இருக்கிறார். துணை முதலமைச்சரே குற்றப்பரம்பரையைச் சேர்ந்தவர். மீனவ அமைச்சர் ஜெயக்குமார் பவர்புல்லாகயிருக்கிறார். மறவர், கள்ளர், முத்தரையர்கள், மீனவர்கள், தொட்டிய நாயக்கர், இசை வேளாளர், குறவர், அம்பட்டையர், வண்ணார் சாதியிலிருந்து 48 எம்எல்ஏக்கள் இருக்கிறார்கள். பரவலாகத் தமிழ்நாடு முழுவதும் உள்ள மிகவும் பிற்படுத்தப்பட்டோர் இனத்துக்கு தரப்பட்ட 20 சதவிகித இடஓதுக்கீட்டில் ஒரு சாதிக்கு மட்டும், உள்இட ஒதுக்கீடு என்று அதிமுக அரசு அறிவிக்காது. அதைவிட அரசுக்கு அறிவுரை வழங்க அமைக்கப்பட்ட குலசேகரன் ஆணையம் இன்னும் சாதிவாரிக் கணக்கெடுப்பை ஆரம்பிக்கவில்லை" என்றனர்.

காசிமாயன், முன்னாள் எஸ்பி ரத்தினசபாபதி, டாக்டர் காத்தையா, செல்லையாத் தேவர் விஜயகுமார், ஓசூர் ராமசாமி போன்றவர்கள், "நம் சாதி அரசியல்வாதிகள் எந்தக் காலத்திலும் சாதி அபிமானத்துடன் இருக்க மாட்டார்கள். நியாயமான கோரிக்கையுடன் வரும் சாதித் தலைவர்களை உதாசீனப்படுத்துவார்கள். எள்ளி நகையாடுவார்கள். நீங்கள் ஓட்டுப் போட்டா நான் ஜெயித்தேன்? என்பார்கள். இது எலெக்சன் நேரம். தேர்தலில் டிக்கெட் வாங்க வேண்டும் என்ற ஒரே வேட்கைதான் இப்போது அவர்களுக்கு இருக்கும். நம் சாதி அமைச்சர்களைப் பத்துப் பதினைந்து வருடங்களாகத் தொடர்ந்து பார்க்கிறோம். மன்னை நாராயணசாமி, அன்பில் தர்மலிங்கம், எஸ்.டி சோமசுந்தரம், வி.வி.சாமிநாதன் போன்று ஊர்ப் பாசம், சாதிப் பாசம், நியாயத்தின் மேல் பாசம் கொண்டவர்கள் யாரும் இப்போது பெரிய அளவில் அரசியலில் இல்லை. தேர்தலில் நிற்க சீட் கிடைக்கும் என்ற உத்திரவாதம் கிடைத்தால் போதும், சீர்மரபினராவது? மிகவும் பிற்படுத்தப்பட்டோர் நலனாவது? என்று விட்டேத்தியாகத் தான் இருப்பார்கள். இந்தக் கூட்டம் நடப்பதை அவர்களுக்குத் தெரிவித்திருக்கிறோம். வெளிப்படையாகப் பெரிய அளவில் உதவ முடியாவிட்டாலும், பட்டைச் சாப்பாட்டு செலவைக் கூட ஏற்றிருக்கலாம். எல்லோரும் கோடி கோடியாக சம்பாதித் திருக்கிறார்கள். தேர்தலில் சீட் வாங்கி 20 கோடி வரை செலவழிக்கத் தயாராகயிருக்கும் எம்எல்ஏக்களும், மந்திரிகளும் நமக்கு ஒரு பைசா தர மாட்டார்கள். நம் சாதி மந்திரிகள்,

எம்எல்ஏக்களை எந்தக் காலத்திலும் நம்பி ஏமாற வேண்டாம்" என்று கூட்டத்தில் பேசியதாகத் தெரிந்து கொண்டேன்.

இதுபோன்ற கூட்டங்களுக்குப் பசும்பொன் தேவர் மண்டபம் நிர்வாகத்தினர் வாடகை வாங்குவதில்லை. மண்டபத்தைச் சுத்தப்படுத்துவதற்காகப் பதினைந்தாயிரம் ரூபாய் மட்டும் வற்புறுத்தித் தரப்பட்டது. கூட்டத்தில் கலந்து கொண்டவர் களுக்கு மண்டபத்துக்கு எதிரிலிருந்த மெஸ்ஸிலிருந்து மிக எளிமையான கலவை சாதம் வழங்கப்பட்டது. இதற்கு முன் நடந்த கூட்டங்களுக்கு கலவை சாதம் கொடுத்த வகையில் மெஸ்ஸிற்கு பத்தாயிரம் வரை பாக்கி இருந்தது. அதை வந்தவர்களே 500 ரூபாய், ஆயிரம் ரூபாய் எனப் போட்டுக் கட்டினார்கள். கூட்டத்துக்கு விவசாய சங்கத் தலைவர் அய்யாக்கண்ணு, கூத்தப்பார் முத்துராமலிங்கம், திண்டுக்கல் உமாமகேசுவரி, தேனி விஜயலட்சுமி, தேனி இராமமூர்த்தி, வீரபோயர் சிவசாமி பாலச்சந்தர், நரிக்குறவர் இனத்தலைவர் காரை ஆர்.சுப்பிரமணியன், ஊராளி கவுண்டர், இராஜவர்மன் போன்றோர் முன்னெடுப்பில் பெரும் கூட்டத்தோடு வந்திருந் தனர். வந்தவர்கள் அனைவரும் தங்கள் சொந்த செலவில் பஸ், ரயில்களில் வந்திருந்தனர்.

★

பிப்ரவரி மாதம் 26-ஆம் தேதி காலை 10 மணியளவில் சட்டமன்றம் கூடியது. அரசின் வரவு செலவுக் கணக்கு களுக்குச் சட்டமன்றம் ஒப்புதல் அளிக்க வேண்டும் என்ற சம்பிரதாயத்திற்காகச் சட்டமன்றம் கூட்டப்பட்டதாகச் சொல் லப்பட்டது. ஆனால் இட உள்ஒதுக்கீடு குறித்து ஒரு பெரும் திட்டம் உருவாகிக் கொண்டிருப்பதை ஊடகங்கள் கூட கண்டுபிடிக்க முடியாத அளவு ரகசியம் காக்கப்பட்டது.

அரசின் வரவு செலவிற்கான விவாதம் நடந்தது. இன்று எந்நேரமும் பொதுத் தேர்தலுக்கான அறிவிப்பைத் தேர்தல் ஆணையம் வெளியிடும் என்று தொலைக்காட்சிகளில் ப்ளாஷ் நியூஸ் வந்தபடியிருந்தது. தேர்தல் அறிவிப்பு வந்தால் எந்தப் புதிய திட்டமும் அறிவிக்க முடியாது என்பது விதி. சட்ட மன்றத்திலிருந்து பிரதான எதிர்க்கட்சியான திமுக வெளிநடப்பு செய்தது. மதிய உணவிற்குப்பின் சட்டமன்றம் மீண்டும் கூடியது.

மாலை 3 மணி அளவில் துணை முதலமைச்சரும் அவையின் முன்னவருமான ஓ. பன்னீர்செல்வம் ஓர் அறிவிப்பு வெளியிட அனுமதி கேட்பதாகவும் அதைத் தான் அனுமதிப்பதாகவும் சட்டசபை சபாநாயகர் திரு தனபால் அறிவித்தார்.

அன்றைக்கு மதியம் 3 மணிக்கு மேல்தான் எனது உள் அறைக்குச் சாப்பிட சென்றேன். கைபேசியை எனது மேஜை மீது வைத்திருந்தேன். உணவு முடித்துவிட்டு வந்தேன். மேஜை மீதிருந்த கைபேசி அடித்த வண்ணம் இருந்தது. எடுத்துப் பார்த்தேன். நிறைய தவறவிட்ட அழைப்புகள். யார் யார் அழைத் திருக்கிறார்கள் என்று கைபேசியைப் பார்த்துக் கொண்டிருக் கும்போதே துரைமணி அழைப்பு வந்தது. “அய்யா தலையில் இடி விழுந்துவிட்டது. அப்பாவி ஜனங்களுக்குத் துரோகம் பண்ணிட்டாங்க” என்று அழுதார். “அய்யாவைத் தொடர்பு கொள்ள அண்ணன் காசிமாயன் முயன்று கொண்டிருக்கிறார்” என்று துரைமணி தெரிவித்தார். “சரி நான் பேசுகிறேன்” என்று சொல்லிவிட்டு காசிமாயனைத் தொடர்பு கொண்டேன்.

“முடிந்தது சார். நான் பத்து நாளாகச் சொல்லிக் கொண்டி ருக்கிறேன். நம்ப மாட்டேன் என்றீர்கள். நடத்திவிட்டார்கள். தொலைக்காட்சியைப் பார்த்துவிட்டுப் பேசுங்கள் சார்” என்றார்.

தொலைக்காட்சியை இயக்கச் சொன்னேன். தொலைக் காட்சிகளில் இரண்டு செய்திகள் மாறி மாறி வந்தன. தேர்தல் ஆணையம் வெளியிட்ட தமிழ்நாட்டிற்கான சட்டமன்றத் தேர்தல் அறிவிப்பும், வன்னியர் உள் இடஒதுக்கீடும். எது முந்திய அறிவிப்பு, எது பிந்தியது என்று தெரியவில்லை. போனில் காசிமாயத் தேவரைத் தொடர்பு கொண்டேன்.

“காசி இது வெறும் பில் (Bill) தான். சட்டமன்றத்தில் உள் இடஒதுக்கீட்டு விவாதத்துக்கு எடுத்துக் கொள்ளப்படவில்லை. பில் அறிமுகப்படுத்தப்பட்ட போது பிரதான எதிர்கட்சி சட்ட மன்றத்தில் இல்லை. சாதிவாரிக் கணக்கெடுப்பிற்காக நியமிக்கப் பட்ட ஜஸ்டிஸ் (ஓய்வு) குலசேகரன் ஆணையம் அறிக்கை இன்னும் தரவில்லை. ஒரு பில், சட்டமாக வேண்டுமென்றால் சட்டமன்றத்தில் தீர்மானமாக நிறைவேற்றினால் மட்டும் போதாது. கவர்னரின் ஒப்புதல் பெற வேண்டும். அதுவும் உள் இடஒதுக்கீடு என்பதால் ஜனாதிபதி வரை ஒப்புதல் பெற வேண்டியிருக்கும். இது ஒரு தேர்தல் ஸ்டன்டாகயிருக்கும்.

இதனால் எந்தப் பயமும் வேண்டாம். ஒருவேளை இது சட்டமாக வேண்டுமென்றால் அடுத்துப் பதவிக்கு வரப்போகும் கட்சிதான் இதை தீர்மானிக்க முடியும்" என்றேன்.

"ஆமா சார். மராட்டா உள் இடஒதுக்கீட்டிற்கு டெல்லி உச்ச நீதிமன்றம் இடைக்காலத் தடை விதித்திருக்கிறது. தற்போது விசாரணையும் முடிந்து தீர்ப்பு எந்நேரமும் வெளியிடப்படலாம் என்ற நிலையில், எந்த நம்பிக்கையில் அதிமுக அரசு இந்த அறிவிப்பை வெளியிட்டது சார்?"

"அதுதான் தெரியவில்லையே?"

"இதில் ஏதோ பெரிய அரசியல் சூழ்ச்சி இருக்கிறது சார். துணை முதலமைச்சர் ஓ.பன்னீர்செல்வம் தீர்மானத்தை முன் மொழிந்தது எப்படி சார்? பத்து முறை எழுந்து எழுந்து கையில் உள்ள பேப்பரை வாசிக்கிறாரே? முகத்தில் எந்தச் சலனமும் இல்லாமல்? தொலைக்காட்சியில் பார்த்திருப்பீர்கள். பிற்படுத்தப்பட்டோர் நலத்துறை அமைச்சர் வளர்மதியும், மீன் வளத்துறை அமைச்சர் ஜெயக்குமாரும், திண்டுக்கல் சீனிவாசன், செல்லூர் ராஜு, உதயகுமார் எல்லோரும் யாருக்கோ வந்ததுபோல அமைதியாக உட்கார்ந்திருக்கிறார்கள். சட்ட அமைச்சர் சி.வி.சண்முகம் மேஜையைத் தட்டி மகிழ்ச்சியை வெளிப்படுத்துகிறார்."

"நாளை பத்திரிகைச் செய்தியைப் பார்ப்போம். எதிர்க்கட்சிகள் ஏதாவது நியாயமான முறையில் கருத்துத் தெரிவிக்கிறார்களா எனப் பார்ப்போம்."

"இல்லை சார். எதிர்க்கட்சிகள் எந்த நியாயத்தையும் பேசாது."

"என்ன சொல்கிறீர்கள் காசி? இவ்வளவு முக்கியமான விசயத்தில் ஒரு பெரும் அநியாயம் நடக்கும்போது எப்படிச் சும்மாயிருப்பார்கள்?"

"சரி சார், நாளை நீங்களே இதே கேள்வியை என்னிடம் கேட்பீர்கள்" என்றார். தொட்டியர் இனத்தலைவர்கள் பழனிச்சாமி, போடி சவுந்திரபாண்டியன், செந்தில்குமார், தூத்துக்குடி கார்த்திக், கம்பம் கௌதமன், முத்தரையர் சங்கத் தலைவர் டாக்டர் பன்னீர்செல்வம், ராசி ராம் என்று வரிசையாகத் தொடர்பு கொண்டார்கள். எனது சட்டக் கல்லூரி நண்பரும் மதுரை சேம்பர் ஆப் காமர்ஸ் தலைவருமான ஜெகதீசனின்

அப்பா பெரியவர் நாகரத்தினம், "இதைவிடக் கூடாது சார்" என்றார்.

தம்பி மணிகண்டன் ஒரு வீடியோ கிளிப்பிங் அனுப்பி யிருந்தார். டாக்டர் அன்புமணி ராமதாஸ் அவரது தகப்பனா ருடன் பேசுவது போன்ற வீடியோ அது. "நாற்பது வருசமாக உழைச்சீங்களே..! நிறைவேத்தியிருக்காங்க... நாற்பது வருசம் உழைப்பு நிறைவேறியிருக்கு... இது முதல் கட்டம்தான்ஞ் அடுத்து கொஞ்சம் கூடுதலா வாங்கிக்கிரலாம்ஞ் நாற்பது வருசம் சாதாரண உழைப்பில்லை... எவ்வளவு தியாகம் பண்ணி யிருக்கீங்க?" என்று விம்மி அழுதார். கருப்பு பனியன் அணிந் திருந்தார். அவர் புஜத்தில் டாட்டூ தெரிந்தது.

எடுத்ததெற்கெல்லாம் எதிர்ப்பு தெரிவிக்கும் எதிர்க்கட்சி களும், பாதிக்கப்பட்ட மக்களின் காவலர்களாகக் காட்டிக் கொள்ளும் லெட்டர்பேட் அரசியல் கட்சிகளும் சாதிக்கட்சி களும் கள்ள மௌனம் சாதித்தன.

இந்த அவசரச் சட்டம் பற்றிப் பேச எதிர்க் கட்சிகள் பயந்தன. சாதிக் கட்சிகள் பவ்யம் காண்பித்தன. சாதிக் கட்சித் தலைவர்கள் இரண்டு பெரிய கட்சிகளிடம் பேசி ஏதாவது ஒன்றின் தோளில் ஏற வேண்டிய நிலை. யாரும் எதிர்க் கருத்து சொல்லவில்லை. அய்யநாதன், தியாகு போன்றோர் மட்டும் தொலைக்காட்சி விவாதங்களில் கலந்துகொண்டு, "இந்த அவசரச் சட்டம் தேர்தல் நிர்ப்பந்தத்தின் பேரில் இயற்றப் பட்டது. சாதிவாரி கணக்கெடுப்பு இல்லாமல் உள்இடஒதுக்கீடு தரக் கூடாது. மகாராஷ்டிராவின் உள் இடஒதுக்கீடு வழக்கு உச்ச நீதிமன்றத்தில் தடையாணையில் உள்ளது. எந்த நேரத்திலும் தீர்ப்பு வரும் என்ற சூழல் இருக்கிறது. ஒருவேளை மராத்தியர் உள் இடஒதுக்கீட்டை உச்ச நீதிமன்றம் முழுவதுமாக ரத்து செய்தால் இப்போது தமிழக அரசு கொண்டு வந்துள்ள வன்னியர் உள்இடஒதுக்கீடு அவசரச் சட்டமும் ரத்தாகும். தேவையில்லா மல் மிகவும் பிற்பட்ட சமூகத்துக்குள் பிளவை ஏற்படுத்த வேண்டாம். இந்த அவசரச் சட்டத்தைப் பயன்படுத்தி வன்னியர் வீட்டுப் பிள்ளைகளோ, இதர மிகவும் பிற்படுத்தப்பட்டோர் இனப்பிள்ளைகளோ கல்லூரிகளில் உள் இடஒதுக்கீட்டில் சேர்ந்தால், நீதிமன்றத்தால் அவசரச் சட்டம் ரத்து செய்யப்படும் போது அவர்களின் கல்வி பாதிக்கும்" என்றனர்.

★

சட்டமன்றத்தில் தீர்மானம் நிறைவேற்றிய இரண்டு நாட்கள் கழித்து கெஜட் வெளியானது. சட்டமன்றத்தில் தீர்மானம் நிறைவேறிய 26ஆம் தேதி அன்றே கவர்னர் கையெழுத்திட்டி ருந்தார். சட்டமன்றத்தில் தீர்மானம் நிறைவேற்றிய கையோடு கவர்னர் மாளிகைக்குக் கோப்பை எடுத்துச் சென்று கையெழுத்துப் பெற்ற அரசைப் பாராட்ட வேண்டும். 21 பக்கங்கள் கொண்ட அரசாணை இரண்டே நாட்களில் வெளி யானது. சாதாரணமாக ஒரு பக்க அரசாணை வெளியாகவே ஒரு வாரம் எடுத்துக்கொள்ளும் அரசு இயந்திரம் அன்று 21 பக்கச் சட்டத்தை இரண்டே நாளில் வெளியிட்டு இமாலய சாதனை படைத்தது.

அவசரச் சட்டத்தை டவுன்லோடு செய்து பார்த்தேன். சட்டத் துறை அமைச்சகம் சார்பில் சட்டம் வெளியிடப்பட்டிருந்தது. பிற்படுத்தப்பட்டோர் ஆணைய சேர்மன் திரு ஜனார்த்தனம் (பத்து வருடங்களுக்கு முன்பு) எழுதிய கடிதத்தின் பரிந்துரை கடிதம் தற்போதைய சேர்மன் திரு. தணிகாசலத்துக்கு அனுப் பப்பட்டதாகவும், அவர், அதை ஏற்றுக்கொண்டு உள் இடஒதுக் கீட்டிற்கு பரிந்துரைத்ததால் அவசரச் சட்டம் இயற்றப்படு வதாகவும் சட்ட முன்வடிவில் இருந்தது. 116 மிகவும் பிற் படுத்தப்பட்டோர் சாதிகளுக்கு வழங்கப்பட்ட 20 சதவிகித இட ஒதுக்கீட்டிலிருந்து 10.5 சதவிகிதத்தை வன்னியர் சாதிக்கு தந்திருந்தனர், 68 குற்றப்பரம்பரையினச் சாதிகளை, 25 சாதிகளுடன் இணைத்து அவர்களுக்கு 7 சதவிகித இடஉள் ஒதுக்கீடு தந்திருந்தனர். மற்ற 22 சாதியினருக்கு 2.5 சதவிகிதம் தந்திருந்தனர்.

இணைப்பில் வரிசையாகச் சொல்லப்பட்ட ஒவ்வொரு சாதிப் பெயராக பார்த்துக்கொண்டு வந்தேன். 2.5 சதவிகித இட ஒதுக்கீடு வழங்கப்பட்ட 22 சாதி பட்டியலில் 21வது சாதி யாக குறிப்பிடப்பட்ட இனத்தைப் பார்த்தேன் தூக்கிவாரிப் போட்டது. திருநங்கைகள், திருநம்பிகள் 21வது சாதியாக குறிப்பிடப்பட்டிருந்தனர். திருநங்கை, திருநம்பி என்பது ஒரு சாதியா?

இந்த அவசரச் சட்டத்தின்படி வன்னியர் சாதியில் பிறக்கும் குழந்தைக்கு 10.5 சதவிகித இட ஒதுக்கிடு கிடைக்கும். பத்து, பன்னிரண்டு வயதில் குழந்தை திருநம்பி/திருநங்கை என்று தெரிந்துவிட்டால் குழந்தை 2.5 சதவிகித இட ஒதுக்கீட்டிற்குள்

வந்துவிடும். ஆதி திராவிடக் குழந்தைக்குப் பிறப்பால் 18 சதவிகித இட ஒதுக்கீடு கிடைக்கும். குழந்தை வளரும்போது திருநம்பி/திருநங்கை என்று தெரியும்போது 2.5 சதவிகித இட ஒதுக்கீட்டிற்குள் வந்துவிடும். பெரும் கொடுமை. அவசரக் கோலத்தை அள்ளித் தெளித்து விட்டார்கள்.

★

அவசரச் சட்டம் வெளியானவுடன் தமிழகத்தின் தென் பகுதியில் பிரச்சினையானது. சீர்மரபினர் நலச் சங்கத்தின் தலைவர் டாக்டர் நவமணி மதுரை உயர் நீதிமன்றக் கிளையில் அவசரச் சட்டத்தை ரத்து செய்ய வேண்டும் என்று வழக்குத் தாக்கல் செய்தார். சென்னை உயர் நீதிமன்றத்தில் இருபதுக்கும் மேற்பட்ட வழக்குகளை மறவர்கள், பிரமலைக் கள்ளர்கள், போயர்கள், இசை வேளாளர்கள், தொட்டிய நாயக்கர்கள், முத்தரையர்கள், மீனவர்கள் உள்ளிட்டோர் தொடர்ந்தனர். எதிர்பார்த்தது நடக்கவில்லை. உயர் நீதிமன்றம் தடை விதிக்க மறுத்தது. தமிழக அரசுக்கும் நோட்டீஸ் அனுப்ப உத்தர விட்டது.

வேறு வழியில்லை. டெல்லி உச்ச நீதிமன்றத்தை நாடலாம் என்ற நிலை உருவாயிற்று. தம்பி காசிமாயத் தேவரின் முயற்சியில் அபிஸ் குமார் என்ற மாணவர் டெல்லி உச்ச நீதிமன்றத்தில் இடஉள்ஒதுக்கீடு அவசரச்சட்டத்தின் மீது தடையாணை கோரி வழக்குத் தொடர்ந்தார். நாகேஸ்வரராவ் அமர்வில் வழக்கு விசாரணைக்கு வந்தது. இடைக்காலத் தடை விதிக்க மறுத்த நீதியரசர், தமிழக அரசுக்கு நோட்டீஸ் அனுப்ப உத்தரவிட்டார். நீதியரசர் நாகேஸ்வரராவ் சுப்ரீம் கோர்ட்டுக்கு நேரடியாக நியமனம் செய்யப்பட்டவர். இதுவரை நேரடியாக உச்ச நீதிமன்ற நீதிபதியாக நியமிக்கப்பட்ட ஏழுபேரில் அவரும் ஒருவர்.

இட உள்ஒதுக்கீட்டு அவசரச் சட்டத்தில், "அரவாணிகள், திருநங்கைகள் மிகவும் பிற்பட்டோரில்" 2.5 சதவிகித இட ஒதுக்கீட்டின்கீழ் சேர்க்கப்பட்டிருந்தனர். அரவாணிகள் போன்று விளிம்புநிலை மக்கள்மீது அத்துமீறல்கள் நடத்தினால் உச்ச நீதிமன்றம் கடுமை காட்டும் என்பதாலும், மராட்டா உள் இடஒதுக்கீடு வழக்கில் உச்ச நீதிமன்றம் தடையாணை கொடுத்திருந்ததாலும், உச்ச நீதிமன்றத்தில் அடுத்தடுத்து வழக்குகள் தொடர தீர்மானித்தோம்.

நீதிபதி (ஓய்வு) தணிகாசலம் மூலம் கடைசி முயற்சி

❖

2012–ஆம் ஆண்டு பிப்ரவரி மாதம் 21–ஆம் தேதி நான் தஞ்சாவூர் தமிழ்ப் பல்கலைக்கழகத்தில் உலகத் தாய்மொழி தினத்தில் உரையாற்றுவதாக இருந்தது. காலையில் விமான நிலையம் கிளம்பிக் கொண்டிருக்கும்போது வேளாண் துறை ஆணையராக இருந்த திரு சிவதாஸ் மீனா மிகிஷி என்னைக் கைபேசியில் அழைத்தார்.

"ராஜேந்திரன்! என்னை சிவில் சப்ளைஸ் ஆணையராக நியமித்துள்ளார்கள்."

"அப்படியா? மிக்க மகிழ்ச்சி பாஸ்."

"உங்களை என்னுடைய இடத்தில் நியமித்திருக்கும் ஆணை வந்திருக்கிறது! பார்த்தீர்களா?"

"இல்லை, பார்க்கவில்லை பாஸ்."

"நான் இன்றே சிவில் சப்ளைஸ் கமிஷனராகச் சேருவதாக யிருக்கிறேன். நீங்கள் ஏர்போர்ட் சென்று கொண்டிருக்கிறீர்கள் என்று தெரியும். எப்போதும் விமானம் கிளம்புவதற்கு இரண்டு மூன்று மணி நேரத்துக்கு முன்கூட்டியே போய் விடுவீர்கள் என்றும் கேள்விப்பட்டேன். அதனால் டைம் இருக்கிறது. திரும்பி வாருங்கள். வேளாண் துறை ஆபீசே வந்துவிடுங்கள். உங்கள் ட்ரான்ஸ்பர் ஆர்டரைக் காண்பித்து பேக்வர்ட் கிளாஸ் ஆபிஸ் ஆட்களை என் ஆபிசுக்கு வரச் சொல்லிவிடுகிறேன்" என்றார்.

கத்திப்பாரா ஜங்ஷன் மேம்பாலத்திலிருந்து திரும்பினேன். வேளாண்துறை ஆபீஸ் வந்தேன். பிற்படுத்தப்பட்டோர் நலத்துறையிலிருந்த எனது உதவியாளர்கள் ஜெயப்பிரகாஷ், சீனிவாச ராகவன், எனது நேர்முக உதவியாளர்கள் ராஜூ, பிரபாகரன், வேளாண் துறை ஆணையர் அறைக்கு வெளியில்

காத்திருந்தனர். "சார் நீங்கள் பிற்படுத்தப்பட்டோர் நலத்துறை ஆணையராகவும் தொடர்கிறீர்கள் என நினைக்கிறோம். உங்களுக்குப் பதில் யாரையும் போடவில்லை" என்றனர்.

வேளாண் துறை இயக்குநராகப் பொறுப்பேற்றேன். பிற்படுத் தப்பட்டோர் நலத்துறை ஆணையர் பதவியிலும் தொடர்ந்தேன். ஒருவார காலத்துக்குப்பின் பிற்படுத்தப்பட்டோர் நலத்துறை ஆணையராக திரு.அசோக் டோங்ரே IAS நியமிக்கப்பட்டார். பொறுப்புகளை அவரிடம் ஒப்படைத்தேன். பிற்படுத்தப்பட் டோர், மிகவும் பிற்படுத்தப்பட்டோர் ஆகிய இரண்டு துறை களுக்கும் நான் ஆணையராக யிருந்தேன். நான் பணிமாற்றம் ஆனவுடன் அது இரண்டு துறையாகப் பிரிக்கப்பட்டு இரண்டு ஐஏஎஸ் அதிகாரிகள் நியமிக்கப்பட்டனர்.

நான் பிற்படுத்தப்பட்டோர் நலத்துறை ஆணையர் பதவி யிலிருந்து, வேளாண் துறை இயக்குநராகப் போனதை, மூன்றாம் முறையாக பிற்படுத்தப்பட்டோர் ஆணைய தலைவராக நியமனம் செய்யப்பட்ட ஜஸ்டிஸ் (ஓய்வு) ஜனார்த்தனம் பயன் படுத்திக்கொண்டார் என்று பத்து ஆண்டுகள் கழித்து தெரிந்துகொண்டேன். எப்படி என்றால் பிப்ரவரி 21, 2012 –இல் நான் பிற்படுத்தப்பட்டோர் நலத்துறையிலிருந்து விடுவிக் கப்பட்டேன். ஆணைய உறுப்பினர்களோடு விவாதிக் காமல், தனிப்பட்ட முறையில் ஜஸ்டிஸ் (ஓய்வு) ஜனார்த்தனம், "வன்னியர்களுக்கு உள் இடஒதுக்கீடு வழங்கலாம்" என்று மார்ச் 23, 2012 அன்று பரிந்துரை கடிதத்தைக் கொடுத்திருக்கிறார். அந்தக் கடிதம் பத்து ஆண்டுகளாக கிணற்றில் போட்ட கல்லாகக் கிடந்திருக்கிறது.

ஹிந்து பத்திரிகைச் செய்தியின் எதிர்வினை

❖

வன்னியர்களுக்கான இட உள்ஒதுக்கீடு 2011-ஆம் ஆண்டே பிற்படுத்தப்பட்டோர் ஆணைய உறுப்பினர்களால் நிராகரிக்கப்பட்டது என்று பிப்ரவரி 16, 2020-இல் ஆங்கில ஹிந்து பத்திரிகையில் செய்தி வந்தது. அப்போதைய பிற்படுத்தப்பட்டோர் ஆணையச் செயலாளர் மு.ராஜேந்திரன், ஐஏஎஸ் மற்ற 5 உறுப்பினர்கள் திரு.ஜனார்த்தனத்தின் கருத்தை ஏற்கவில்லை என்று 2018-ஆம் ஆண்டு வெளியான, "செயலே சிறந்த சொல்" புத்தகத்தை மேற்கொள் காட்டி செய்தி வந்த அன்றே எதிர்வினை ஒன்று வந்தது. காலை எட்டு மணியளவில் ஹிந்து பத்திரிகையின் சீனியர் கரஸ்பாண்டெண்ட் திரு ப.கோலப்பன் என்னை கைப்பேசியில் அழைத்தார்.

"சார் பத்திரிகையில் வந்த செய்திகள் தவறாம். பிற்படுத்தப்பட்டோர் நலத்துறையில் செகரட்டரியாகயிருந்த சந்தானம் ஐஏஎஸ் என்னிடம் இப்போது பேசினார்."

"என்ன தவறாம்?"

"நீங்கள் பிற்படுத்தப்பட்டோர் ஆணையராகஇருக்கும்போதே உள் இட ஒதுக்கீட்டிற்கு ஜஸ்டிஸ் ஜனார்த்தனம் பரிந்துரை செய்திருந்தாராம்."

"இல்லை. நிச்சயமாக இல்லை. நான் துறையிலிருந்த பிப்ரவரி 21, 2012 வரை அதுபோன்று எந்தக் கடிதமும் அரசுக்குப் போகவில்லை."

"சார், அவர் எனக்கு வாட்ஸ்அப்பில் ஒரு கடிதம் அனுப்பியிருக்கிறார். இப்போது உங்களுக்கு அனுப்புகிறேன், அதைப் பாருங்கள்" என்றார்.

நான் பதவியிலிருந்து விடுவிக்கப்பட்ட ஒரு மாதம் கழித்து அந்தக் கடிதம் வந்திருந்தது. ஆனால் அந்தக் கடிதத்தில் நாங்கள்

தடுத்து நிறுத்திய வன்னியர்களுக்கான 10.5 சதவிகித உள் இடஒதுக்கீடு பற்றி எதுவும் இல்லை.

திரு கோலப்பன், மீண்டும் இணைப்பில் வந்தார்.

"சார், நீங்கள் என்ன சொன்னீர்கள் என்று சந்தானம் சார் கேட்கிறார்" என்றார்.

"கோலப்பன், எனது நினைவு சரியாகவே இருக்கிறது. நான் பிற்படுத்தப்பட்டோர் நலத்துறை ஆணையராக இருக்கும் வரை திரு.ஜனார்த்தனத்தின் எந்தப் பரிந்துரை கடிதமும் அரசாங்கத்துக்குப் போகவில்லை. நான் பதவியிலிருந்து விலகிய ஒரு மாதத்தில் இந்தக் கடிதம் போயிருக்கிறது. அதுவும் வன்னியர் உள் இடஒதுக்கீடு பற்றி இதில் எதுவும் இல்லை. பிற்படுத்தப்பட்டோர் நலத்துறையின் முன்னாள் செகரட்டரி திரு.சந்தானம் சொல்வது உண்மை இல்லை. இப்போதுள்ள ஜஸ்டிஸ் (ஓய்வு) தணிகாசலத்தைப் பிற்படுத்தப்பட்டோர் நல ஆணையராக நியமனம் செய்த 2019-ஆம் வருடத்திய ஆணையைப் பார்க்கச் சொல்லுங்கள். அதில், "சாதிகளுக்கான இட ஒதுக்கீடு, உள் ஒதுக்கீடு குறித்தும் அவர் பரிந்துரைக்கலாம்" என்றுள்ளது. ஏற்கனவே பத்து வருடங்களுக்கு முன்பு திரு ஜனார்த்தனம் வன்னியர்களுக்கான உள் இடஒதுக்கீட்டிற்குப் பரிந்துரை தந்துவிட்டார் என்றால் இப்போது எதற்கு தணிகாசலம் கமிஷனிடம் மீண்டும் ஒரு பரிந்துரையை அரசு எதிர்பார்க்கிறது? இதைத்தவிர ஜஸ்டிஸ் (ஓய்வு) குலசேகரனை, இரண்டு மாதங்களுக்கு முன்பு அரசு நியமித்திருக்கிறது. அவர் சாதிவாரி கணக்கெடுப்பு நடத்தி இட உள்ஒதுக்கீடு குறித்துப் பரிந்துரை செய்யச் சொல்லப்பட்டிருக்கிறது. அவருக்கு 6 மாதகாலம் தரப்பட்டிருக்கிறது. இப்போது 2 மாதங்கள் கூட முடியவில்லை. அவர் யாரை வைத்துக் கணக்கெடுப்பார்? அவருக்கு உதவியாக ஒரு டி.ஆர்.ஓ., இரண்டு பியூன்கள், ஒரு டிரைவர், இரண்டு மூன்று டெக்னிகல் ஆபிசர்ஸ் போட்டிருக்கிறார்கள். தமிழ்நாடு முழுவதும் உள்ள 116 மிகவும் பிற்பட்ட சாதியினரில் எத்தனை பேர் அரசாங்கப் பதவியில் இருக்கிறார்கள்? எத்தனை பேர் விளிம்பு நிலைக்கு கீழே இருக்கிறார்கள்? இதையெல்லாம் கண்டுபிடித்து அரசங்கத்துக்கு அறிக்கை தர வேண்டுமென்றால் ஆணையத் தலைவர் குலசேகரனுக்கு குறைந்தது ஆயிரம் உதவியாளர்களாவது வேண்டும்."

"சார், உங்களைச் சந்தானம் சார் அவரிடம் பேசச் சொல்கிறார்."

"நான்தான் சொல்லிவிட்டேனே கோலப்பன்! விளக்கம் உங்களுக்கு ஏற்புடையதாக இருக்கிறதுதானே?"

"இருக்கிறது சார். அவர்தான் சொன்னார். அவர் செகரட்டரியாக யிருந்தபோது நீங்கள் அவரிடம் ஆணையராக வேலை பார்த்தீர்களாம். அதனால் பேசச் சொன்னார்."

"இருவரும் ஒரே சமயத்தில் பிற்படுத்தப்பட்டோர் நலத் துறையில் இருந்தோம். அவர் செகரட்டரி. நான் கமிஷனர். அவ்வளவுதான் அவரிடம் வேலை எல்லாம் பார்க்கவில்லை. நான் சொன்னதை அவரிடம் சொல்லிவிடுங்கள்."

"நீங்கள் அவரிடம் பேசினால் பரவாயில்லை சார்."

"தேவையில்லை. என் கைபேசி எண் அவரிடம் இருக்கும். இல்லையென்றாலும், பத்து வருடங்களுக்கு முன்பு யாருக்குமே தெரியாத திரு ஜனார்த்தனம் சம்பந்தப்பட்ட கடிதத்தை உங்களிடம் பேசியவுடன் வாட்ஸ்அப் பண்ண தெரிந்தவருக்கு என்னைத் தொடர்பு கொள்ள முடியும். மேலும் விளக்கம் எல்லாம் ஓபன் மைன்ட்டில் இருப்பவர்களிடம் தான் சொல்ல முடியும்."

"சார் சந்தானம் ஐ.ஏ.எஸ் வன்னியரா?"

"ஆம்."

"அவர் சொன்ன நீதிபதி ஜனார்த்தனம்?"

"அவரும்தான். ஏன் நீதிபதி குலசேகரனும், இப்போதுள்ள நீதிபதி தணிகாசலமும் வன்னியர்கள்தான்."

"சார், ஏற்கனவே ஒருமுறை மருதுபாண்டியர்கள் பற்றி ஹிந்துவில், அவர்கள் வேட்டை நாய் வளர்த்தார்கள். நாயை வைத்து காளையார்கோவில் காடுகளில் வேட்டையாடுவார்கள் என்று எழுதினேன். அதில் என்ன குறை கண்டுபிடித்தார்களோ? ஒரு கும்பல் என்னைப் படுத்தி எடுத்துவிட்டார்கள். உங்களுக்கும் அந்த விசயம் தெரியும். இன்றும் அப்படித்தான் ஆகப்போகிறது."

"நீங்கள் கவலைப்பட வேண்டாம். எனது புத்தகம் செயலே சிறந்த சொல்லில் இந்தப் பிரச்சினை பற்றி விரிவாக

எழுதியிருக்கிறேன். அவர் படித்துத் தெரிந்து கொள்ளட்டும். சரி, உங்களிடம் என்னதான் எதிர்பார்க்கிறார்."

"இன்று வந்த பத்திரிகைச் செய்திக்கு மறுப்பு போட வேண்டுமாம்."

"நான் சொல்வதை நீங்கள் நம்புகிறீர்களா?"

நான் சொன்ன செய்தி உண்மை என்பதால் ஹிந்து பத்திரிக்கையில் மறுப்பு வெளிவரவில்லை.

உச்ச நீதிமன்றத்தில் வழக்கைத் தொடர்ந்து நடத்த முடிவு

❖

வன்னியர்களுக்கான 10.5 இட உள்ஒதுக்கீட்டுச் சட்டத்தை எதிர்த்து மதுரை உயர் நீதிமன்றக் கிளையில் டாக்டர் நவமணி தாக்கல் செய்த வழக்கிற்கு தடையாணை கட்டாயம் கிடைக்கும் என நம்பினோம். யாருமே எதிர்பாராத வகையில், "அரசுக்கு நோட்டீஸ்" ஆணையிடப்பட்டது. அடுத்து அடுத்து மெட்ராஸ் உயர் நீதிமன்றத்திலும் மதுரை உயர் நீதிமன்றக் கிளையிலும் வழக்குகள் பதியப்பட்டன. அனைத்து வழக்குகளிலும் அரசுக்கு நோட்டீஸ் மட்டுமே வழங்கப்பட்டன. கட்சி சார்புடைய தொலைக்காட்சிகள், பத்திரிகைகள் இதை உள் இடஒதுக்கீடு சட்டத்துக்கு கிடைத்த அங்கீகாரம் என்று புளங்காகிதம் அடைந்தன. தமிழ்நாட்டில் 95 சதவிகித ஊடகங்கள் கட்சி சார்புடையன என்று நீங்கள் நினைத்தால், அதில் எனக்கும் உடன்பாடுதான்.

கொரானா காலக் கட்டுப்பாடுகள், பொதுத் தேர்தல் மும்முரம், தேர்தல் கோலாகலம், பள்ளி கல்லூரிகளுக்கு விடுமுறை என்ற களேபரங்களுக்கு நடுவில் மராட்டிய உள் இடஒதுக்கீடு விசயம் தனது முக்கியத்துவத்தை இழந்து பின்னோக்கித் தள்ளப்பட்டது. சீர்மரபினர் நலச் சங்கத்தினர், "பொதுத் தேர்தலில் மாற்றம் வரும். இந்த ஒரு சட்டத்திற்காகவே 7 அல்லது 8 மாவட்டங்கள் தவிர்த்து மற்ற மாவட்டங்களில் ஆளுங்கட்சி தோற்றுப்போகும், அப்போது பார்க்கலாம்" என்று சொன்னார்கள்.

"உள் இடஒதுக்கீட்டுச் சட்டம் என்பது தேர்தல் அரசியல் நிர்பந்தத்திற்காக ஆளும் கட்சியால் போடப்பட்டது. கல்லூரி, பள்ளிகளில் சட்டத்தை நடைமுறைப்படுத்தும் ஆணை எதுவும் இதுவரை பிறப்பிக்கப்படவில்லை, புதிதாக பதவியேற்கும் அரசுதான் அதைச் செய்ய வேண்டும். அதனால் பிரச்சனை

ஒன்றுமில்லை" என்று காசிமாயன் சமாதானம் சொன்னார். "தேர்தல் நன்னடத்தை விதிகள் அமுலுக்கு வந்த பிறகு அரசாணை எதுவும் புதிதாகப் பிறப்பிக்க முடியாது" என்றனர் சிலர். அனைவரது நம்பிக்கையைப் பொய்ப்பிக்கும் விதமாக, கல்லூரி பள்ளிகளில் 10.5 சதவிகித உள் ஒதுக்கீடு அமுல்படுத்த வேண்டும் என்று ஏப்ரல் 1ஆம் தேதி உயர்கல்வித் துறையின் கடிதம் வெளியானது. தேர்தல் நன்னடத்தை விதிகள் அமுலில் இருக்கும்போது, அரசாணை தானே வெளியிடக் கூடாது? கடிதம் எழுதலாமே? இதில் உயர் கல்வித்துறை அமைச்சரின் சாதி அபிமானம் வெளிப்பட்டது. இந்தக் கடிதத்தையும் அரசியல் கட்சிகள் கண்டு கொள்ளவில்லை. அரசின் நேரடி கட்டுப்பாட்டிலுள்ள அண்ணாமலைப் பல்கலைக்கழகம் அரசின் கடிதத்தை ஏற்று அதன் அடிப்படையில் மாணவர் சேர்க்கைக்கு அறிவிப்பு வெளியிட்டது.

ஒரு புதிய மனு உயர் நீதிமன்றத்தில் தாக்கலானது. உயர் கல்வித் துறையின் ஏப்ரல் 1–ஆம் தேதிய கடிதத்துக்கு தடை யாணை கோரப்பட்டது.

மெட்ராஸ் ஹைகோர்ட்டில் ஆறு நீதியரசர்கள் அடுத்து அடுத்து விசாரித்தனர். தடையாணை கிடைக்கவில்லை. அரசுக்கு மீண்டும் மீண்டும் நோட்டீஸ் மட்டுமே தரப்பட்டது. அரசு பதில் மனு தாக்கல் செய்யவில்லை. ஆளும் அதிமுக அரசு தேர்தல் பரப்புரையில் மும்முரமாக இருந்தது.

டெல்லி உச்ச நீதிமன்றத்தில் அடுத்தடுத்து வழக்குகள் பதியலாம் என்று முடிவானது. அபிஸ் குமார் என்ற பாப்பாபட்டி சிறுவனின் தகப்பனார், டெல்லி உச்ச நீதிமன்றத்தில் வழக்குத் தொடர்ந்தார். தடையாணை கோரினார். நீதியரசர்கள் நாகேஸ்வர ரெட்டி, அமர்வு தடையாணை தர மறுத்தது. தமிழக அரசுக்கு நோட்டீஸ் வழங்க உத்தரவிட்டது.

இதுவரை பதிந்த வழக்குகளில், முறையான சாதி வாரிக் கணக்கெடுப்பு நடத்தப்படவில்லை என்று வாதிடப்பட்டது. மராட்டா இட உள்ஒதுக்கீடு குறித்து உச்ச நீதிமன்றத்தின் தடை யாணை இருப்பதும் சொல்லப்பட்டது. தமிழ்நாடு பிற்படுத்தப் பட்டோர் ஆணையத் தலைவர் ஜஸ்டிஸ் (ஓய்வு) எம்.எஸ். ஜனார்த்தனம் பத்து ஆண்டுகளுக்கு முன்பு அனுப்பிய கடிதத்தின் அடிப்படையில் அவசரச் சட்டம் பிறப்பிக்கப்பட்டுள்ளது.

ஆணையத் தலைவரின் கடிதம், ஆணைய உறுப்பினர்களுக்குத் தெரியாமல் அனுப்பப்பட்டிருக்கிறது. 102-வது அரசியலமைப்புச் சட்டப்படி உள் இடஒதுக்கீடு தர மத்திய அரசுக்கு மட்டுமே அதிகாரம் உள்ளது. மாநில அரசுக்கு அதிகாரம் இல்லை என்று பல வலிமையான வாதங்கள் முன்வைக்கப்பட்டன. கொரானா காலம் என்பதால் விவாதங்கள் ஆன்லைனில் நடத்தப்பட்டன. வக்கீல் நன்றாக வாதாடுகிறார் என மகிழும்போதுதான் லைன் கட் ஆகும். அல்லது மியூட் ஆகும். எப்படி வாதாடியும் சென்னை உயர் நீதிமன்றத்திலும் டெல்லி உச்ச நீதிமன்றத்திலும் தடையாணை பெற முடியவில்லை.

அரவாணிகளுக்கான 2.5 சதவிகித இட ஒதுக்கீடு குறித்து அதுவரை யாரும் நீதிமன்றத்தில் கேள்வி எழுப்பவில்லை. அந்தப் புதிய பாயிண்டை முன்னிறுத்தி மு.வெ. அன்பு பாரதியின் தாயாரும் நேச்சுரல் கார்டியனுமான கவிஞர் அ.வெண்ணிலா டெல்லி உச்சநீதிமன்றத்தில் தனது பெயரில் வழக்குப் பதிவு செய்ய தீர்மானித்தார். அபிடவிட்டில் கையெழுத்திடும் நாளில் மு.வெ. அன்பு பாரதிக்கு 21 வயது முடிந்திருந்தது. அவர் மேஜர் என்பதால் அவர் பெயரிலேயே வழக்குப் பதிவு செய்ய முடிவாயிற்று. வழக்கை உச்ச நீதிமன்ற வழக்கறிஞர் கௌதம் சோமசுந்தரம் மூலம் நடத்த தீர்மானித்தோம். கொரானா காலத்தில் அவர் சென்னையில் தொடர்ந்து தங்கியதால் அவருடன் விவாதம் செய்வதும், மனு தயாரிப்பதும் இலகுவாக இருந்தது. வழக்குப் பதிவானது.

நீதியரசர்கள் நாகேஸ்வரராவ் அமர்வு முன்பு வழக்கு விசாரணைக்கு வந்தது. மூத்த வழக்கறிஞர் அனிதா செனாய், நீதியரசர் (ஓய்வு) நாகமுத்து இருவரையும் நியமித்திருந்தோம். அண்ணா நகர் அலுவலகத்திலிருந்து வீடியோ கான்பரன்ஸ் மூலம் நாகமுத்து சார் வாதாடினார். அரவாணிகள் சம்பந்தப் பட்டதால் கட்டாயம் தடையாணை கிடைக்கும் என்று நம்பினோம். பெரும் எதிர்பார்ப்புடன் கௌதமும் நானும் நாகமுத்து சார் எதிரில் அமர்ந்திருந்தோம்.

தடையாணை கிடைக்காமல், தமிழக அரசுக்கு நோட்டீஸ் அனுப்ப உத்தரவிடப்பட்டது. அடுத்து என்ன செய்யலாம் என்று யோசித்தோம். உள் இட ஒதுக்கீடு சட்டத்தின்படி வன்னியர்களும் பாதிக்கப்படுகிறார்கள் என்பதைக் கண்டறிந்தோம். அதாவது

20 சதவிகித ஒதுக்கீட்டில் வன்னியர்கள் பெருவாரியாக உள்ள ஏழு வட மாவட்டங்களிலுள்ள வன்னியர்கள் முழு இட ஒதுக்கீடும் பெற்று வந்தனர். இந்த அவசரச் சட்டத்தால் அவர்களுக்கான இட ஒதுக்கீடு 20 சதவிகிதத்திலிருந்து 10.5 சதவிகிதமாகக் குறைந்துவிட்டது என்று தெரிந்தது.

வன்னியர் பிரிவின்கீழ் வரும் இளைஞனான சந்தீப் குமாரும் அவர் தகப்பனார் சீனிவாசனும் என்னைச் சந்தித்தனர். உச்ச நீதிமன்றத்தில் சந்தீப்குமார் மனு தாக்கல் செய்யத் தயாராக யிருப்பதாகச் சீனிவாசன் தெரிவித்தார். மைதிலி என்ற பெண்ணும் அவரோடு வந்திருந்தார். அவரும் வழக்குப் பதிவு செய்ய தயார் என்றார். ஆனால் அபிடவிட்டில் கையெழுத்து இடும் நாளில் மைதிலியால் வர முடியவில்லை. சந்தீப்குமார் சார்பில் வழக்கு உச்ச நீதிமன்றத்தில் பதிவானது. வழக்கு நீதியரசர் நாகேஸ்வரராவ் அமர்வில் விசாரணைக்கு வந்தது. தடையாணை கோரினோம். தடையாணை தர மறுத்த நீதியரசர்கள், அரசுக்கு நோட்டீஸ் அனுப்ப உத்தரவிட்டனர். நோட்டீஸ் பெற்றுக்கொண்ட அரசு வழக்கறிஞர் அன்றைய நடைமுறைப்படி பதில் மனு தாக்கல் செய்யவில்லை.

இதற்கிடையில் மே மாதம் 5-ஆம் தேதி மராட்டா உள் ஒதுக்கீடு வழக்கில் உச்ச நீதிமன்றத்தின் தீர்ப்பு வந்தது. உச்ச நீதிமன்ற நீதியரசர்கள் அப்துல் நாசர், நாகேஸ்வர ராவ், ஹேமந்த் குப்தா, அசோக் பூஷன், எஸ்.ஆர்.பட் வழங்கிய வரலாற்று முக்கியத்துவம் வாய்ந்த தீர்ப்பு தமிழக அரசின் அவசரச் சட்டத்துக்கு சம்மட்டி அடி கொடுத்தது. மராட்டா மாநில அரசுக்கு உள் ஒதுக்கீடு வழங்க சாதிவாரிக் கணக் கெடுப்பு நடத்தவில்லை என்று சாடிய உச்ச நீதிமன்றம் 102 வது அரசியலமைப்பு சட்டத் திருத்தத்தையும் ரத்து செய்தது. மராட்டா உள் இடஒதுக்கீடு ஆணை ரத்தானது. தமிழ்நாடு பிறப்பித்த அவசரச் சட்டம் செல்லுபடியாகாது என மகிழ்ந் தோம். இந்த முக்கியமான தீர்ப்புக்கும் தமிழ்நாட்டு அரசியல் கட்சிகள் கள்ள மௌனத்தையே தங்களது பங்களிப்பாக வழங்கின. பயம். அவ்வளவு பயம். ஒரு சோப்பு விளம்பரத்தில் வருமே அழுக்கு நல்லது, ரொம்ப நல்லது என்று, அதுபோல தேர்தல் காலத்தில் பயம் மிக நல்லது என்று நினைத்தார்கள் போலும்.

இட உள்ஒதுக்கீட்டை முன்னிருத்திச் சீர்மரபினர் நலச்சங்கத் தின் சார்பாக தேனி, திருமங்கலம், போடி சட்டமன்றத் தேர்தல்களில் போட்டியிட்டனர். போடி தொகுதியில் போட்டியிட்ட துணை முதலமைச்சர் ஓ.பன்னீர்செல்வத்துக்கு அன்பழகன், பெரும் நெருக்கடி கொடுத்தார். சில இடங்களில் ஆளுங் கட்சியினர் ஓட்டுக்கேட்டு செல்லக்கூட முடியவில்லை. அதே வேளை அதுவரை போராட்டக் குணத்தோடு செயலாற்றியவர்களைத் திருமங்கலம், உசிலம்பட்டி தேர்தல் களத்தில் பார்க்க முடியவில்லை. அந்தப் பகுதியில் போட்டியிட்ட அமைச்சரின் கண் அசைவில் அவர்கள் இயங்க ஆரம்பித்துவிட்டதாக தவமணிதேவி புலம்பினார்.

மராட்டா உள் இடஒதுக்கீட்டு ஆணை ரத்து செய்யப்பட்டதை முன் உதாரணமாகக் காண்பித்து, தமிழ்நாட்டு இட உள்ஒதுக்கீட்டு அவசரச் சட்டத்துக்கு தடையாணை பெறமுடியும் என்று நம்பிக்கை வந்தது.

முத்துக்குமார் என்ற பட்டதாரி வாலிபரின் பெயரில் உச்ச நீதிமன்றத்தில் மீண்டும் ஒரு வழக்குப் பதிவு செய்யப்பட்டது. வழக்கில் முத்துக்குமார் சார்பாக மூத்த வழக்கறிஞர் அனிதா ஷெனாய் ஆஜரானார். தடையாணை வழங்க மறுத்த நீதியரசர் நாகேஸ்வர ராவ் அமர்வு, "மெட்ராஸ் உயர் நீதிமன்றத்தில் இந்தச் சட்டம் குறித்து வழக்குகள் பதியப்பட்டுள்ளன. உயர் நீதிமன்றத்துக்கு நீங்களும் செல்லுங்கள். உயர் நீதிமன்றத்தின் கருத்து என்ன என்பதை நாங்கள் அறிய விரும்புகிறோம்" என்று தெரிவித்தது. அடுத்து அடுத்து உச்ச நீதிமன்றத்தில் வழக்குகள் பதிய வேண்டும் என்று நான்கு பேர்களைத் தயார் நிலையில் வைத்திருந்தோம். உச்ச நீதிமன்றத்தின் எண்ணம் தெரிந்துவிட்டது. வேறு வழியில்லை. உச்ச நீதிமன்றப் பதிவாளருக்கு கடிதம் கொடுத்து பதிவு செய்திருந்த வழக்கு விசாரணைகளை நிறுத்தி வைத்தோம். மீண்டும் சென்னை உயர் நீதிமன்றத்துக்குச் செல்லத் தீர்மானித்தோம்.

★

இடஉள்ஒதுக்கீடுசட்டம்சட்டமன்றத்தில்நிறைவேற்றப்பட்ட 26ஆம் தேதி பிப்ரவரி மாத நிகழ்ச்சி நிரலை வாங்கிப் பார்த்தோம். சட்டமன்ற செயலாளர் திரு கி.சீனிவாசன் பெயரில் வெளியிடப்பட்ட நிகழ்ச்சி நிரலின்படி காலை 10.00 மணிக்குப்

பேரவைக் கூட்டம் ஆரம்பிப்பதாகயிருந்தது. முதல் நிகழ்வாக வினாக்கள், பதில்கள். இரண்டாம் நிகழ்வாக திருவாளர்கள் தோப்பு வெங்கடாசலம், துரைமுருகன், செம்மலை, சு.ரவி, ஐ.எஸ்.இன்பதுரை, சி.வி.சண்முகம், முதலமைச்சர் எடப்பாடி பழனிச்சாமி ஆகியோர் பேசுவதாக இருந்தது. ஆனால் திடீரென வன்னியர் இட உள்ஒதுக்கீடு எப்படிச் சபையில் அறிமுகப்படுத்தப்பட்டது? அன்று பேசுபவர்கள் லிஸ்டில் இல்லாத துணை முதலமைச்சர் ஓ.பன்னீர்செல்வம் எப்படி உள் இடஒதுக்கீடு சட்டத்தை முன்மொழிந்தார்?

இந்த விடை தெரியாத வினாக்களே நீதி மன்றத்தின் நியாயக் கதவுகளைத் தட்டின. இருபதுக்கும் மேற்பட்ட வழக்குகள் சென்னை உயர் நீதிமன்றத்தில் பதிவாகியிருந்தன.

புதிதாக யார் மூலம் வழக்குத் தொடரலாம் என்று விவாதித் தோம். இட ஒதுக்கீடு சம்பந்தமான அனைத்துக்கும் அடிப்படை ஆதாரமாகச் சொல்லப்படுவது இரண்டாம் பிற்படுத்தப் பட்டோர் ஆணையத் தலைவர் அம்பாசங்கரின் அறிக்கைதான். அது ஒரு மைனாரிட்டி ரிப்போர்ட். ஆணையத் தலைவர் அம்பாசங்கர் ஒருபுறமும், 14 உறுப்பினர்கள் எதிர்புறமும் இருந்தனர். ஆணையத் தலைவருக்கு எதிராக 14 உறுப்பினர்களும் எதிர்க்கருத்து தெரிவித்திருந்தனர் என்பதும் எனக்குத் தெரியும். அந்தக் கூட்டத்தில் ஆணையத்தின் உறுப்பினர் திரு ஆண்டித் தேவர் ஏனோ கலந்து கொள்ளவில்லை. அம்பாசங்கரின் கருத்துக்கு எதிர்க்கருத்து தெரிவித்த 14 உறுப்பினர்களில் பலர் தேர்ந்த வழக்கறிஞர்கள். 'அம்பாசங்கர் கமிஷன் அறிக்கை ஏற்றுக் கொள்ளத்தக்கதல்ல. சரியான புள்ளி விவரங்கள், தகவல்கள் இன்றி ஒருதலைப்பட்சமாகத் தயாரிக்கப்பட்ட அறிக்கை அது. அம்பாசங்கர் தான் சார்ந்த வன்னியர் சமூகத்தினர் தமிழ்நாட்டில் 13.01 சதவிகிதம் இருப்பதாகவும் மற்ற சாதியினர் குறிப்பாக நாடார்கள், தேவர்கள், மீனவர்கள், முத்தரையர்கள் எண்ணிக்கையில் குறைவாக இருப்பதாகவும் தெரிவித்துள்ளார். அறிக்கை தயாரிக்கும்போது நாங்கள் 14 உறுப்பினர்கள் தெரிவித்த கருத்துகளைக் கேட்டு அதை இறுதி அறிக்கையில் சேர்ப்பதாகச் சொன்ன ஆணையத் தலைவர் அம்பாசங்கர், சொன்னபடி செயல்படுத்தவில்லை" என்று விளக்கமாக எழுதி 14 பேரும் கையெழுத்திட்டிருந்தனர். அந்தப் பதினான்கு பேரில் இரண்டு ஐஏஎஸ் அதிகாரிகளும் இருந்தனர்.

அம்பாசங்கரின் அறிக்கை அரசின் பரிசீலனையில் இருக்கும் போது முதலமைச்சர் எம்.ஜி.ஆர். அமெரிக்காவில் மருத்துவ மனையில் சிகிச்சை பெற்றுக் கொண்டிருந்தார். பொறுப்பு முதலமைச்சராக நாவலர் நெடுஞ்செழியன் இருந்தாலும், முக்கிய முடிவுகள் எடுக்கக் கூடியவராக திரு.பண்ருட்டி ராமச்சந்திரன் இருந்தார். 14 உறுப்பினர்கள் எதிர்ப்பை, இரண்டு ஐஏஎஸ் அதிகாரிகளின் எதிர்ப்பை மீறி, அம்பாசங்கர் கமிஷனின் மைனாரிட்டி அறிக்கை அரசால் ஏற்றுக்கொள்ளப்பட்டது.

அம்பாசங்கரின் மைனாரிட்டி அறிக்கை போலவே, இப் போதும் பிற்படுத்தப்பட்டோர் ஆணையத் தலைவர் நீதியரசர் (ஓய்வு) ஜனார்த்தனம், நீதியரசர் (ஓய்வு) தணிகாசலம் ஆணைய உறுப்பினர்களைக் கலந்து ஆலோசிக்காமல் தன்னிச்சையாக வன்னியர்களுக்கு உள் இடஒதுக்கீடு வழங்கலாம் என்று எழுதிய கடிதங்களின் அடிப்படையில் இட உள்ஒதுக்கீடு வழங்கப்பட்டிருந்தது.

நான் பிற்படுத்தப்பட்டோர் ஆணையத்தின் உறுப்பினர் செயலராகயிருந்தபோது திரு.ஜனார்த்தனம் ஒதுக்கீடு பெற்றுத் தர முயன்றார். திரு.ஜனார்த்தனம் முறையற்ற அறிக்கையை அரசுக்கு அனுப்பாமல் முடிவு கட்டியதால் பிரச்சினை வெளியில் தெரியாமலே முடிந்துவிட்டது.

இதே வேலையை அம்பாசங்கர் கமிஷனின் உறுப்பினர் செயலராக இருந்த ஐஏஎஸ் அதிகாரியும் அவருக்குத் துணை யாக நியமிக்கப்பட்ட இன்னொரு ஐஏஎஸ் அதிகாரியும் செய்திருந்தால் அம்பாசங்கர் கமிஷன் அறிக்கையே வெளி வந்திருக்காது.

ஒருவேளை முதலமைச்சர் எம்.ஜி.ஆர். அமெரிக்காவிலிருந்து திரும்பியதும் திரு அம்பாசங்க்ருக்குப் பதிலாக நடுநிலையான ஒரு பிற்படுத்தப்பட்டோர் ஆணையத் தலைவர் நியமிக்கப் பட்டிருக்கலாம். அம்பாசங்கர் ஓய்வு பெற்ற ஐஏஎஸ் அதிகாரி. அவருக்கு முன்னால் பிற்படுத்தப்பட்டோர் ஆணையத் தலைவராகயிருந்த திரு.சட்டநாதன் ஓய்வு பெற்ற ஐ.ஆர்.எஸ். இவர்கள் இருவருக்குப் பின்னால் ஓய்வு பெற்ற உயர் நீதிமன்ற நீதிபதிகளே ஆணையத் தலைவர்களாக நியமிக்கப்பட்டனர். அடுத்துடுத்து நியமிக்கப்பட்ட ஆணையத் தலைவர்கள் அனை வரும் ஓய்வு பெற்ற உயர் நீதிமன்ற நீதிபதிகள் என்பதோடு

அவர்கள் வன்னியர்களாகவும் அமைந்துவிட்டது தற்செயலா? திட்டமிட்ட செயலா? என்று தெரியவில்லை.

1985–இல் வெளிவந்த அம்பாசங்கர் கமிஷனின் மைனாரிட்டி அறிக்கையில் உள்ள ஓட்டைகளை உயர் நீதிமன்றத்தின் கவனத் துக்குக் கொண்டு வந்தால் அதிமுக அரசு பிறப்பித்த சட்டத்தை ரத்து செய்ய முடியும் என்று நம்பினோம். அதை யாரை வைத்து நீதிமன்றத்துக்குக் கொண்டு செல்வது? அம்பாசங்கர் ஆணையம் அறிக்கை கொடுத்து நாற்பது ஆண்டுகள் ஆகப்போகின்றன. அப்போது ஆணைய உறுப்பினர்களாக இருந்தவர்கள் யார் யாரைத் தொடர்பு கொள்ள முடியும்வ்என்று பார்த்தோம். ஆணையத்தின் உறுப்பினர்களாக இருந்த இரண்டு ஐஏஎஸ் அதிகாரிகளும் அரசை எதிர்த்து வழக்குத் தொடர முன்வர மாட்டார்கள்.

முன்னாள் ஆணைய உறுப்பினர் பிரின்ஸ் கன்னியாகுமரியில் கல்லூரி நடத்தி வருகிறார். அவரை நண்பர்கள் மூலம் தொடர்பு கொண்டோம். வயதாகிவிட்டதால் அவர் தலையிட விரும்பவில்லை என்று தெரிந்து கொண்டோம்.

வேலூர் விஐடி வேந்தர் விஸ்வநாதன் அம்பாசங்கர் ஆணைய உறுப்பினராக யிருந்தவர். அவர் பெரும் பின்புலத்தோடு உள்ளவர். அவரைச் சந்தித்து விவாதிக்க முடியாது.

இன்னொரு உறுப்பினரான முன்னாள் அமைச்சர் திரு. வி.வி.சாமிநாதனை ஒரு நிகழ்ச்சியில் சந்தித்திருந்தேன். கல்வெட்டு ஆராய்ச்சியாளர் டாக்டர் பத்மாவதி, ஆவுடையார் கோயில் பற்றி எழுதிய புத்தகத்தை நான் வெளியிட திரு வி.வி.சாமிநாதன் பெற்றுக் கொண்டார். அந்த நிகழ்வே ஒரு பிரச்சினைக்குரியது என்று நிகழ்ச்சிக்குப் போன பிறகுதான் தெரிந்துகொண்டேன். கூட்ட அரங்கில் ஆங்காங்கே போலீஸ் தலைகள். கூட்டத்தின் நடுநாயகமாக சைவ சமயப் பெரியார்கள் இறுகிய முகத்துடன் அமர்ந்திருந்தனர். புத்தக ஆசிரியர் டாக்டர் பத்மாவதி கூட்டத்துக்கு வரவில்லை.

சைவ சமயத்தில் ஆழ்ந்த புலமையுடைய பேராசிரியர் டாக்டர் சரவணன் நல்ல பேச்சாளர். ஆவுடையார் கோயில் ஆரம்பத்தில் சைவ சமயக் கோயில் இல்லை என்று சொல்லும் அந்தப் புத்தகத்தின் கருத்தை அவர் ஒருமுறை சொன்னால்

பரவாயில்லை. பலமுறை வற்புறுத்திக் கூறியதாலும் கூட்டத்தில் கலந்து கொண்ட சைவப் பெரியார்களை வாதத்துக்கு (நல்லவேளை அனல், புனல் இல்லை) வரும்படி அழைத்ததாலும் கூட்டத்தில் பெரும் சலசலப்பாகிவிட்டது. எனக்குத் தெரிந்து இலக்கியக் கூட்டத்தில் அதுவும் ஒரு புத்தக வெளியீட்டு நிகழ்ச்சியில் போலீசையும், இறுகிய முகங்களையும் அன்றுதான் பார்த்தேன். அந்தக் கூட்டத்தில் எழுந்து சத்தமிட்டவர்களைச் சமாதானம் செய்த பெரியவர் ஒருவர், “ராஜேந்திரன் சாரும், வி.வி.சாமிநாதன் அய்யாவும் ஆவுடையார் கோயில் புத்தகத்தைப் பற்றி என்ன பேசுகிறார்கள் என்று கேட்கத்தான் வந்தோம். மற்ற யாரும் எங்களிடம் நேரடியாக பேச வேண்டாம்” என்றனர். பெரியவர் சக்திவேல் முருகனார் அந்தக் கூட்டத்தில் முன்வரிசையில் உட்கார்ந்திருந்தார். நானும், திரு வி.வி.சாமிநாதனும் பேசியபோது இரவு 9.00 மணிக்குமேல் ஆகிவிட்டது. கூட்டமும் வெகுவாகக் குறைந்திருந்தது. அதனாலோ என்னவோ எங்கள் பேச்சுக்கு எதிர்ப்பு ஒன்றும் இல்லை.

அந்தக் கூட்டத்தின்போது கிடைத்த அவகாசத்தில், மங்கலதேவி கண்ணகி கோயிலைத் தமிழ்நாட்டின் கட்டுப்பாட்டில் கொண்டுவர, தான் முயன்றதாகத் திரு வி.வி.சாமிநாதன் கூறினார். மங்கலதேவி கண்ணகி அறக்கட்டளையை இருபது ஆண்டுகளுக்கு மேலாக வழி நடத்திவரும் எனக்கு அவர் சொன்ன செய்திப் புதிதாக யிருந்தது. எதற்கும் தேவைப்படும் என்று அவர் தொடர்பு எண்ணை வாங்கியிருந்தேன். அவரைப் பார்த்து நான்கு ஐந்து வருடங்களுக்கு மேல் ஆகியிருந்தது. என்னை நினைவில் வைத்திருப்பாரா என்றும் தெரியவில்லை.

ஆவுடையார் கோயில் நூல் வெளியீட்டின் போதே முன்னாள் அமைச்சர் வி.வி.சாமிநாதனுக்கு வயது 90க்கு மேல் இருக்கும். நான்கு வருடத்தில் இரண்டு செல்போன்கள் மாற்றியிருந்தேன். கடவுளை வேண்டியபடி அவர் தொடர்பு எண்ணைத் தேடினேன். அவரது நம்பர் இருக்குமோ இருக்காதோ என்ற பரபரப்போடு தேடினேன். வி.வி.சாமிநாதன் சார் என்ற பெயரைப் பார்த்ததும் மகிழ்ச்சியாகிவிட்டேன். தொடர்பு எண்ணை அழைத்தேன். அவரே எடுத்தார். அறிமுகம் செய்து கொண்டேன். “பார்க்க வேண்டும்” என்றேன். “எப்போது?” என்றார். “இப்போது கூட தயார்தான்” என்றேன். “வாருங்கள்”

என்று சொன்னார். மந்தைவெளியில் ராகமாலிகா அடுக்குமாடி குடியிருப்பின் விலாசம் கொடுத்தார். வழக்கறிஞர் கௌதம் சோமசுந்தரத்தை அழைத்துக்கொண்டேன். சரியான வழியில் வழக்குப் பயணிக்கப் போகப் போகிறது என்று நம்பினேன். அடுத்த இருபதாவது நிமிடம் அவர் வீட்டிலிருந்தோம் அவரது மகள் மீனா கீர்த்தி, மகன் முனைவர் ராஜராஜனும் அவருடன் இருந்தனர். நல்ல உடல்நலத்துடன் இருந்தார். நடப்பதற்குத் துணை தேவைப்படவில்லை. மைனர் செயின் சகிதமாகப் பட்டுச்சட்டை, பட்டுவேட்டி அணிந்திருந்தார். அறிமுகம் செய்து பேசும்போது எனது சட்டைக்கு வெளியே இரண்டு பொத்தான்களுக்கு நடுவில் எட்டிப் பார்த்த மைனர் செயினைப் பார்த்தார். "நாம் இருவரும் ஒரே மாதிரி செயின் போட்டிருக்கிறோம்" என்றார் பெரும் சிரிப்புடன். 94 வயது கடந்தும் அவருக்குக் கண் நன்றாகத் தெரிந்தது. அம்பாசங்கர் கமிஷனில் உறுப்பினராக இருந்தது பற்றிய செய்திகளை ஆற்றொழுக்காகச் சொன்னார். அவை அனைத்தும் அதிர்ச்சித் தகவல்களாகயிருந்தன. 1985-ஆம் ஆண்டு வெளியான அம்பாசங்கர் அறிக்கையில் சாதி என்ற மாயமானை உலவவிட்ட சூத்திரதாரிகளைத் தோலுரித்துக் காட்டினார்.

மண்ணை வாரித் தூற்று...

❖

2021 பொதுத் தேர்தலில் அரசியல் கட்சிகள் கொரானா பயத்தைப் பின்னுக்குத் தள்ளி ஓட்டு வேட்டையில் இறங்கின. எந்தக் கட்சியாவது வன்னியர் இட ஒதுக்கீடு சட்டம் பற்றி பேசுமா என்று எதிர்பார்த்தவர்களுக்குப் பலத்த ஏமாற்றம். எதற்கு வம்பு என்று கடந்துவிட்டனர்.

பூர்வக் குடிகளான குற்றப்பரம்பரை இனத்தவர் தங்களுக்கு அநியாயம் செய்தவர்களுக்குத் தேர்தலில் தண்டனை கிடைக்கும் என்று நம்பினர். ஆங்காங்கே குலதெய்வக் கோயில்களில் மண்ணை வாரி இறைப்பதையும் ஒப்பாரி வைத்து முறையிடுவதையும் அன்றாடச் செய்தியாக்கினர். இதிலெல்லாம் பெரிய நம்பிக்கை இல்லாதவர்கள் கூட அவசரச் சட்டம் வெளியான பிறகு அடுத்தடுத்து நடந்த நிகழ்வுகளைப் பார்த்து, "கடவுள் இருக்காண்டா குமாரு" என்று நம்பிக்கை கொள்ள ஆரம்பித்தனர்.

சீர்மரபினர் நடத்திய கண்டன ஊர்வலம்

வீடுகளிலும் தெருக்களிலும் கருப்புக் கொடி ஏற்றி ஆர்ப்பாட்டம்.

ஆர்ப்பாட்டக்காரர்களைக் காவல் துறையினர் கைது செய்தல்.

முதல் களப்பலி

❖

இட உள்ஒதுக்கீட்டு பிரச்சனை பிற்படுத்தப்பட்டோர் நலத் துறையைச் சேர்ந்தது. துறையின் அமைச்சர் வளர்மதி. அவர் குற்றப்பரம்பரையைச் சேர்ந்தவர்தான். பலமுறை அவரைச் சந்தித்து உதவி கோரியும் இட உள்ஒதுக்கீடு பிரச்சனையில் ஆரம்பம் முதலே விட்டேத்தியாக இருந்தார். முதல் களப் பலியாக அவர் மாட்டினார். அவருக்குத் தேர்தலில் நிற்க சீட் தரப்படவில்லை. சீட் மறுக்கப்பட்ட மூன்று அமைச்சர்களில் வளர்மதியும் ஒருவர். அடுத்தடுத்தும் களப்பலிகள் நடந்தேறின.

முதலமைச்சர் வேட்பாளரான எதிர்க்கட்சித் தலைவர் திரு மு.க.ஸ்டாலின் தென்தமிழகத்தில் தேர்தல் பரப்புரை செய்தார். ஆலங்குளத்தில் நடந்த கூட்டத்தில், "சீர்மரபினருக்கு அதிமுக அரசு வழங்கிய இரட்டை சான்றிதழ் முறை ஒழிக்கப் படும்" என்று வாக்குறுதி தந்தார். அதாவது மத்திய அரசின் சலுகைகளைப் பெற DNT (Denotified Tribe) என்ற சான்றிதழும், தமிழ்நாடு அரசின் சலுகைகள் பெற DNC (Denotified Community) என்றும் இரண்டு சான்றிதழ்கள் அதிமுக அரசு கொடுத்து வரு கிறது. ஒன்று கேட்டால் ஒன்று இலவசம் என்பதுபோல. சீர் மரபினர் வார்த்தையில் இதற்குப் பெயர், "இரட்டை டம்ளர் முறை." இரட்டைச் சான்றிதழ் முறை ஒழிக்கப்படும் என்ற வாக்குறுதி தந்தார்." (ஆட்சிக்கு வந்து மூன்று வருடம் முடிந்துவிட்டது. இன்னும் ஏனோ இது நடைமுறைப்படுத்தப்படவில்லை)

உள் இடஒதுக்கீடு அவசரச் சட்டம் குறித்து விரிவாகப் பேசாமல், "ஆட்சிக்கு வந்தால் ஆவண செய்யப்படும்" என்று பொதுவான வாக்குறுதியை எதிர்க்கட்சித் தலைவர் திரு. மு.க. ஸ்டாலின் கொடுத்தார். டி.எம்.சம்பத், ஐ.ஆர்.எஸ் (ஓய்வு), மருத்துவர் சங்கத் தலைவர் அட்வகேட் சுப்பிரமணி, குலாலர் சமூகத் தலைவர் சேம்ப நாராயணன், வண்ணார் இனத்தலைவர் மாரிச்செல்வம், சிவகாமி, பெரிய சூரியூர் கள்ளர் காசிமுருகன், பண்ணையார் சமுதாயத்தைச் சேர்ந்த மயிலேரும் பெருமாள், இசைவேளாளர் பிரிவைச் சேர்ந்த கே.ஆர். குகேஷ், ஆதிசேடன், அன்பு ராஜன், மிலிட்டரி ராமகிருஷ்ணன் போன்றவர்கள் எதிர்க்கட்சித் தலைவர் தந்த இந்த இரு வாக்குறுதிகளையும் பெரிதாக வரவேற்பதாக மகிழ்ச்சியுடன் பேசினர்.

இரண்டாம் களப்பலி

❖

தேர்தல் முடிவுகள் வெளியாயின.

உள் இடஒதுக்கீடு அவசரச் சட்டம் வருவதற்கு மிகவும் உதவியாக இருந்ததாகச் சட்ட அமைச்சர் சி.வி.சண்முகம் கருதப் பட்டார். அவசரச் சட்டம் வெளியானபோது அவருக்கு வெளிப்படையாகவே நன்றியும் தெரிவிக்கப்பட்டது. வடமாவட் டங்களில் வன்னியர் இட உள்ஒதுக்கீட்டிற்குப் பெரும் வரவேற்பு இருக்கும் என்று நம்பப்பட்டது. அவர் போட்டியிட்ட விழுப்புரம் தொகுதியில் வன்னியர்கள் அதிகம் உள்ளனர். தேர்தலில் அதிமுக நிச்சயம் வெல்லும் என்று நம்பப்பட்ட தொகுதிகளில் விழுப்புரமும் ஒன்று. தேர்தலுக்கு முன்பு அதிமுகவிலிருந்து விலகி திமுகவிற்கு கட்சி மாறிய டாக்டர் லட்சுமணன், வன்னியர் அல்லாதவர். வன்னியர் அல்லாத டாக்டர் லட்சுமணன், சி.வி.சண்முகத்தை 15 ஆயிரம் வாக்கு வித்தியாசத்தில் தோற்கடித்தார். களப்பலி இரண்டு என்று சீர்மரபினர் பதிவிட்டனர்.

ஓட்டு எண்ணிக்கையின்போது ஆரம்பத்திலிருந்தே ஓ.பன்னீர் செல்வம் பின்தங்கினார். இடஒதுக்கீட்டு சட்டம், தனது இனத்துக்கு எதிரானது என்ற புரிதல்கூட இல்லாமல், சட்ட மன்றத்தில் அவசரச் சட்டத்தை முன்மொழிந்த துணை முதலமைச்சர் ஓ.பன்னீர்செல்வத்தால் போடி தொகுதிக்குள் பலத்த போலீஸ் பாதுகாப்புடன் மட்டுமே உலவ முடிந்தது.

தோற்றுப்போவார் என்ற கருத்துப் பரவ ஆரம்பித்தது. கடும் போராட்டத்துக்குப் பின் கரை சேர்ந்தார். திண்டுக்கல் சீனிவாசன், செல்லூர் ராஜூ, உதயகுமார் போன்ற அமைச் சர்கள் கடைசி வரை தோல்வி பயத்திலேயே இருந்தனர். எதிர்த்துப் போட்டியிட்ட பலமில்லாத கட்சி, பலமில்லாத வேட்பாளர்களின் தயவால் வெற்றி பெற்றது.

★

10.5 சதவிகித இட உள் ஒதுக்கீட்டில் அதிகம் சர்ச்சையைச் சந்தித்தவர் துணை முதலமைச்சர் ஓ.பன்னீர்செல்வம். சட்ட மன்றத்தில் 10 முறை எழுந்தும் அமர்ந்தும் சட்ட வரைவை வாசித்தார். அவர் சமூகத்தைச் சார்ந்தவர்களுக்குப் பேரதிர்ச்சி. ஆனால், அவரது அடுத்த கட்ட அரசியல் வாழ்க்கை சரியாகப் போகவில்லை. செல்வி ஜெயலலிதாவின் மறைவிற்குப் பிறகு அவர் சார்ந்த அதிமுக கட்சியில் முதல் பதவியான தலைமை ஒருங்கிணைப்பாளராக இருந்தார். திரு எடப்பாடி பழனிச்சாமி முதலமைச்சராக இருந்தாலும் அவருக்குக் கட்சியில் இரண்டாம் இடம்தான். அவர் இணை ஒருங்கிணைப் பாளராக இருந்தார். செல்வி ஜெயலலிதாவின் மறைவிற்குப்பின் கட்சியின் பொதுச்செயலாளர் என்ற பதவி நிரப்பப்படவில்லை.

ஏழை மக்களின் அறச்சீற்றம் திரு ஓ. பன்னீர் செல்வத்தைக் கடுமையாகப் பாதித்தது. அதிமுக கட்சியிலிருந்தே நீக்கப் பட்டார். காரில் கட்சிக் கொடி கட்டக்கூடாது என்றும், இடுப்பில் அதிமுக கரை வேட்டி கட்டக்கூடாது என்றும் உயர் நீதிமன்றத்திலும் உச்ச நீதிமன்றத்திலும் திரு எடப்பாடி குழுவினர் ஆணை வாங்கினர். எனக்குத் தெரிந்து இதுவரை எந்த அரசியல்வாதிக்கும் இப்படிப்பட்ட அரசியல் சரிவு ஏற்பட்டதில்லை. ராமநாதபுரம் தொகுதியில் பாராளுமன்றத் தேர்தலில் சுயேச்சையாகத் தான் நிற்க முடிந்தது. பானை சின்னத்தில் நின்று தோற்றும் போனார்.

தேர்தல் நேரத்தில் சந்தர்ப்பவாத கூட்டு ஏற்படுத்திய அதிமுக என்னும் அரசியல் கட்சி, இந்த அரசாணை வெளியிட்ட பிறகு நடந்த சட்டமன்றத் தேர்தலிலும் பாராளுமன்றத் தேர்தலிலும் தோற்றுப் போனது. இதுவரை (நவம்பர் 2024) கடந்த மூன்றரை ஆண்டுகளில் அதிமுக கட்சி சந்தித்த தேர்தல் தோல்விகள் பத்து. 2021 பிப்ரவரி மாதச் சட்டமன்ற அறிவிப்புக்குப் பின்னால் ஒரு தேர்தலில் கூட ஜெயிக்கவில்லை.

இதைவிட முக்கியமான செய்தியும் உண்டு. எந்த இட உள் ஒதுக்கீட்டிற்காகப் பாமகவுடன் அதிமுக தேர்தல் கூட்டணி வைத்ததோ கடந்த மூன்றரை ஆண்டுகளில், கூட்டணியும் நிலையாக இருக்கவில்லை. இப்போது பாமக, அதிமுகவுடன் கூட்டணியிலும் இல்லை. இருவரும் எதிரணியில் இருக் கிறார்கள்.

2021-ஆம் ஆண்டைய சட்டமன்றத் தேர்தலில் தனிப்பெரும் பான்மை பெற்று முதலமைச்சராக திரு. மு.க.ஸ்டாலின் பொறுப் பேற்றார். இட உள்ஒதுக்கீடு சம்பந்தப்பட்ட இரண்டு துறை களில் ஒன்றான சட்டத்துறைக்குத் திரு.ரகுபதியும், பிற்படுத்தப் பட்டோர் நலத்துறைக்குத் திரு.சிவசங்கரும் அமைச்சர்களா னார்கள். பதவி ஏற்ற சமயத்தில் திரு.சிவசங்கர் இட உள்ஒதுக்கீடு குறித்து தெரிவித்த நியாயமான கருத்துகளுக்கு எதிர்பார்த்தபடியே சாதிரீதியான எதிர்ப்பலை கிளம்பியது. அவர் வீட்டிலேயே போஸ்டர் ஒட்டினர்.

சென்னை உயர் நீதிமன்றத்தில், அவசரச் சட்டத்தை எதிர்த்துப் பதிவான வழக்குகள் விசாரணைக்கே வரவில்லை.

முதலமைச்சரைச் சந்திக்க முடிவாயிற்று. கவிஞர் அ.வெண்ணிலா, முருகேஷ், சென்னை மாவட்ட சிலம்பாட்டக் கழகச் செயலாளர் சீனிவாசன், அவரது மகன் சத்தீஷ், தமிழ்நாடு சிலம்பாட்டக் கழக உதவிச் செயலாளர் தமிழ்ச்செல்வியுடன் சென்றிருந்தோம். தேர்தல் அறிக்கையில் சிலம்பாட்டத்திற்காகத் தருவதாகச் சொன்ன வாக்குறுதி, சீருடைப் பணியாளர் தேர்வு வாரியத்தில் சிலம்ப விளையாட்டைச் சேர்த்தல் குறித்துக் கோரிக்கை வைத்தோம். உச்ச நீதிமன்றத்தில் நாம் தொடுத்த மங்கலதேவி கண்ணகி கோயில் வழக்கில், ஆறு மாதங்களுக்கு மேலாக தமிழக அரசு சார்பில் பதில் மனு தாக்கல் செய்ய வில்லை. அதைக் குறிப்பிட்டு பதில் மனு தாக்கல் செய்ய வேண்டி னோம். கோரிக்கைகளைத் தனித்தனியாக எழுதிக்கொண்டு போயிருந்தோம். ஒவ்வொரு கடிதமாக கொடுக்க முதலமைச்சர் வாங்கிப் படித்தார். இட உள்ஒதுக்கீடு, DNT, DNC இரட்டைச் சான்றிதழ் பற்றிப் பேசி அதற்கான தனித்தனிக் கடிதங்களும் கொடுத்தோம்.

அன்று எங்களுக்குப் புது அனுபவம். முதலமைச்சர், எழுந்து நின்று கைகூப்பி பதில் வணக்கம் தெரிவித்து மனுக்களை வாங்கியது ஆச்சரியமாகயிருந்தது. ஆவண செய்வதாக உறுதி யளித்தார். அந்தச் சந்திப்பின்போது டி.கே.எஸ்.கலைவாணன், பூச்சி முருகன் போன்றோர் இருந்தனர். இட உள்ஒதுக்கீட்டின் தீவிர ஆதரவாளர்கள் என்று கருதப்படுபவர்கள் நல்ல வேளை யாக அந்நேரம் முதலமைச்சருடன் இல்லை. மனுக்களைக் கொடுத்துவிட்டு, நான் எழுதிய 'காலாபாணி', '1801' நாவல்களை முதல்வருக்குக் கொடுத்தேன். வெண்ணிலா அவர் எழுதிய

'கங்காபுரம்', 'சாலாம்புரி' நாவல்களை அளித்தார். முருகேஷ் அவர் எழுதிய, 'அம்மாவுக்கு மகன் சொன்ன உலகின் முதல் கதை' நூலைக் கொடுத்தார். அடுத்த பத்து மாதத்தில் முருகேஷின் மேற்குறிப்பிட்ட நூலுக்கு மத்திய அரசின் 'பால சாகித்ய புரஸ்கார் விருது' கிடைத்தது. முதலமைச்சரை முருகேஷ் நேரில் சந்தித்து வாழ்த்துப் பெற்றார்.

இட உள்ஒதுக்கீட்டு ஆணையை உச்ச நீதிமன்றம் ரத்து செய்தவுடன் மராட்டா அரசு, மத்திய அரசை நிர்ப்பந்திப்ப தாகப் பேச்சு வந்தது. அதை மெய்ப்பிக்கும் விதமாக மத்திய அரசு 2021ஆம் ஆண்டு ஆகஸ்ட் 15–ஆம் தேதியிலிருந்து இட உள்ஒதுக்கீடு வழங்க மாநில அரசுக்கு அதிகாரம் இருப்பதாக அறிவித்தது. 105வது அரசியலமைப்புச் சட்டம் நாம் நடத்திய வழக்குக்குப் பாதிப்புத் தருமா? என்ற கலக்கம் வந்தது. அதுவரை அமைதி காத்தவர்கள், "வந்தது மாநில அரசுக்கு அதிகாரம்." இந்த 105–வது அரசியலமைப்புத் திருத்தச் சட்டம் எங்களால்தான் வந்தது என்றனர். போலீஸ் வேனில் வடிவேலு போல, "நானும் ரவுடிதான், எல்லாரும் பாத்துக்கங்கப்பா நானும் ரவுடிதான்" என்று கூச்சலிட்டனர்.

105–வது அரசியலமைப்புத் திருத்த சட்டத்தை டவுன்லோடு செய்து பார்த்தோம். எந்த நாள் முதல் அந்தச் சட்டம் அமுலுக்கு வருகிறது என்று பார்த்தோம். அந்தச் சட்டம் 2021–ஆம் வருடம் ஆகஸ்ட் மாதம் 15–ஆம் தேதி முதல் அமுலுக்கு வருவதாக இருந்தது. நாம் எதிர்த்துப் போராடும் வன்னியர் இட உள்ஒதுக்கீடு அவசரச் சட்டம் 2021–ஆம் ஆண்டு பிப்ரவரி மாதம் 26–ஆம் தேதி வந்தது. அதனால் 105–வது அரசிய லமைப்புச் சட்டத்தின் பலன் தமிழ்நாடு அரசு பிப்ரவரி 26–இல் பிறப்பித்த அவசரச் சட்டத்துக்குக் கிடைக்காது. அவசரச் சட்டம் வந்த அன்று கும்மாளமிட்ட வடிவேலுகளை, அவர்களது வக்கீல்கள், "அடக்கி வாசிக்க" கெஞ்சியிருப்பார்கள் போலும். அடுத்த நாளிலிருந்து அமைதியானார்கள்.

★

ஆட்சி மாற்றம் நடந்திருந்தாலும் உள் இடஒதுக்கீட்டில் எதிர்பார்த்த நியாயமான நிலைப்பாடு சாத்தியமாகவில்லை. முன்னாள் அமைச்சர் வி.வி.சாமிநாதன் பெயரில் உயர் நீதிமன்றத்தில் வழக்குப் பதிவு செய்ய அபிடவிட் தயார் செய்தோம்.

மூன்று ஆண்டுகளுக்கு முன்பு எங்களுக்குப் பழக்கமானவர் மூத்த வழக்கறிஞர் கே.எம்.விஜயன். அந்தச் சமயம் சீர்மரபினருக்கு DNC என்ற பெயரில் மட்டுமே சர்டிபிகேட் கிடைத்தது. அதை DNT சான்றிதழ் எனப் பெயர் மாற்ற வேண்டும் என்று அதிமுக அரசிடம் தொடர் பேச்சு வார்த்தையில் சீர்மரபினர் நலச்சங்கம் இருந்தது. மூத்த வழக்கறிஞர் கே.எம்.விஜயன் உச்ச நீதிமன்றத்தில் இட ஒதுக்கீடு குறித்துத் தொடர்ந்த வழக்கு நிலுவையிலிருப்பதால் DNC என்ற பெயரை மாற்றி DNT எனத் தரமுடியாது" என்று அதிமுக அரசு தரப்பில் முதலமைச்சரின் செயலாளர் கட்டையைப் போட்டார். அதனால் நானும், துரைமணியும் கே.எம்.விஜயனைச் சந்தித்தோம். "DNC என்பதை DNT என்று பெயர் மாற்றுவதில் சட்டப் பிரச்சனை ஏதும் இல்லை. பெயர் மாற்றினால் அது குறித்து நான் நீதிமன்றத்தில் ஏதும் வழக்கு தொடர மாட்டேன்" என்றார். "சொல்லப்போனால் சட்டப்படி அதற்கு வழியே இல்லையே" என்று சொன்னார்.

அன்றைய முதலமைச்சர் அலுவலகத்திலிருந்த ஒரு குழு, சீர்மரபினர்களின் நியாயமான கோரிக்கைகளை ஏதாவது சொல்லி திசை திருப்பிவிடுவதையே முழுநேர வேலையாகச் செய்தனர். அந்த அடிப்படையில் தான் ஏதோ போனால் போகிறது என்று நியாயத்தை எதிர்ப்புக் கண் கொண்டு பார்த்து, DNT / DNC என்ற இரட்டை டம்ளர் அரசாணை வெளியானது.

திரு கே.எம்.விஜயனுடனான தொடர்பைப் புதுப்பித்தோம். கே.எம்.விஜயன் பெரும்பாலும் இட ஒதுக்கீட்டிற்கு எதிரான நிலைப்பாடு கொண்டவர் என்பதால் அவரைப் பிராமணர் அல்லது மலையாளி என்று நினைத்திருந்தோம். அவரைச் சந்தித்தபோது தான் அவர் திருநெல்வேலி பிள்ளைமார் என்று தெரிந்து கொண்டோம். அவருடன் பேசியதில், "உள் இடஒதுக்கீட்டிற்குச் சட்டரீதியான வாய்ப்பே இல்லை" என உறுதி செய்துகொண்டோம். அம்பாசங்கர் கமிஷன் ரிப்போர்ட்டை தோலுரித்தால்தான் இட ஒதுக்கீடு அவசரச் சட்டம் ரத்தாகும். வி.வி.சாமிநாதனுக்காக நாங்கள் தயார் செய்த மனுவை அவரிடம் காண்பித்தோம். அதைப் பரிசீலனை செய்தார். சிறு மாற்றங்களைச் சொன்னார். அதன்படி மனு தயாரிக்கப்பட்டு திரு.வி.வி.சாமிநாதனிடம் கையொப்பம் பெறப்பட்டது.

திரு.சாமிநாதனுக்கு வயது 95. அதைக் காரணம் காட்டி மனுவை ஏற்பதில் தடங்கல் ஏற்பட்டது. "இவ்வளவு வயதானவர் எப்படி நிதானமான மனநிலையில் இருப்பார்" என்று மனு திருப்பப்பட்டது. வி.வி.சாமிநாதனின் தொடர்பு எண்ணைக் கொடுத்தோம். அவரிடம் பேசி அவர் நிதானத்துடன் இருப்பதை உறுதி செய்தபின் வழக்கு நம்பர் ஆனது.

மதுரை உயர் நீதிமன்றக் கிளையிலிருந்த வழக்குகள் அனைத்தும் சென்னை உயர் நீதிமன்றத்துக்கு மாறுதல் ஆயின. தலைமை நீதிபதி சஞ்சீப் பானர்ஜி அமர்வு முன்பு விசாரணைக்கு வந்தது. அதிமுக அரசு கொண்டு வந்த அவசரச் சட்டத்தை பாதுகாக்க புதிய அரசின் அங்கமாகயிருந்த சிலர், சிலர் சாதி அபிமானத்தின் காரணமாகப் பெரும் முயற்சி எடுப்பதாகப் பட்டது.

சென்னை உயர் நீதிமன்றத்தில் வழக்கு விசாரிப்பதும், மறு தேதிக்குத் தள்ளி வைப்பதுமாக நாட்கள் கடந்தன. நீதியரசர்கள் ஆதிகேசவலு, கிருபாகரன் இந்த வழக்கை விசாரிக்க விரும்பவில்லை என்று அவர்களாகவே விலகினர். இதில் ஒரு நியாயம்கூட இருந்தது. இந்த வழக்கை விசாரிக்க விரும்பவில்லை தலைமை நீதிபதி சஞ்ஜீப் பானர்ஜி என்று விலகியதை அறிந்து அதிர்ந்தோம். இதுபோன்று எந்த வழக்கிலும் நிகழ்ந்திருக்காது. எல்லாமே அதிசயமாகவும் ஆச்சரியமாகவும் இருந்தது.

உச்ச நீதிமன்றத்துக்கு மீண்டும் செல்லலாமா? சென்னை உயர் நீதிமன்றத்தில் இந்த வழக்கை விசாரணைக்குக் கொண்டுவர நாள் குறிப்பிட்டு உச்ச நீதிமன்றத்தில் ஆணை வாங்க முடியுமா? என்று விவாதித்தோம். ஏற்கனவே ஐந்து மாதங்களுக்கு மேலாகப் போராடி நான்னு வழக்குகளை உச்ச நீதிமன்றத்தில் பதிவு செய்தோம். "சென்னை உயர் நீதிமன்றத் துக்குப் போங்கள்" என்றுதான் ஆணை பெற முடிந்தது. வழக்கு விசாரணையைச் சென்னை உயர் நீதிமன்றத்தில் துவங்க வைக்கவே முடியாத நம்மால், உச்ச நீதிமன்றத்தில் புதிதாக என்ன சாதிக்க முடியும்?

பலமுறை 'மென்சன்' பண்ணியதால் நீதியரசர்கள் சுந்தரேசன், கண்ணம்மாள் அமர்வு விசாரிக்கும் என்று அறிவிக்கப்பட்டது. விசாரணையை ஆரம்பித்தது. நீதியரசர் சுந்தரேசன் எந்தநேரமும் உச்ச நீதிமன்ற நீதியரசராகப் பதவி உயர்வில் செல்வார் என்று

சொல்லப்பட்டது. விசாரணை நடக்கும்போதே உச்ச நீதிமன்ற நீதியரசராக நியமனம் செய்யப்பட்டார். இருப்பினும் வழக்கை விசாரித்த நீதியரசர் சுந்தரேசன் அமர்வில், “கல்வியில் இட ஒதுக்கீடும், வேலை வாய்ப்பில் இடஒதுக்கீடும் ஜட்ஜ்மென்டின் முடிவுக்கு கட்டுப்படும்” என்று ஓர் இடைக்கால ஆணையைப் பெற்றோம். இது ஒரு முக்கியமான வெற்றி. ஊடகங்கள் இதைப் பெரிதாகப் பேசவிடாமல் எதிர்தரப்பு பார்த்துக்கொண்டது. ஆனால் இந்த இடைக்கால ஆணை மிகப்பெரிய ஆயுதம் என்று மதுரை உயர் நீதிமன்றக் கிளையில் தீர்ப்பு வந்த நாளில் அனைவரும் தெரிந்துகொண்டனர். நீதியரசர் சுந்தரேசன் உச்ச நீதிமன்ற நீதிபதியாகப் பதவி உயர்வில் சென்றதால் அவர் தலைமை தாங்கிய அமர்வு கலைக்கப்பட்டது. விசாரணை தடைப்பட்டது. மறுபடியும் தினந்தோறும் ஓபன் கோர்ட்டில், ‘மென்சன்’ பண்ணப்பட்டது. நீதியரசர்கள் இந்த வழக்கை விசாரிக்க விரும்பவில்லை என்று அப்பட்டமாகத் தெரிந்தது.

கிளை நீதிமன்றம் ‘தலைமை நீதிமன்ற’மாகியது

நியாயமான துணிச்சலான நீதியரசர்கள் யாராவது விசாரித்தால் நடத்தினால் இட உள்ஒதுக்கீடு சட்டம் ரத்தாகிவிடும் என்று நம்பினோம்.

யாருமே எதிர்பாராத நிகழ்வாக வழக்கு விசாரணை சென்னை உயர் நீதிமன்றத்திலிருந்து மதுரைக் கிளைக்கு மாற்றலாகியது. நீதியரசர் எம்.துரைசாமி, நீதியரசர் கே.முரளி சங்கர் அமர்வு வழக்கை விசாரிக்கும் என்று அறிவிக்கப்பட்டது. இட உள்ஒதுக்கீட்டு அவசரச் சட்டம் சட்டப்படி செல்லத்தக்கதல்ல என்று திரு.வி.வி.சாமிநாதனின் வழக்கில் சீனியர் அட்வகேட் கே.எம்.விஜயன் வாதாடினார். திரு. வி.வி.சாமிநாதனின் வழக்குக்கு முன்பாக இருபத்தைந்து வழக்குகள் பதியப்பட்டிருந்தாலும் அம்பாசங்கர் கமிஷனின் உறுப்பினர் என்ற முறையில் வி.வி.சாமிநான் தொடர்ந்த வழக்கு வழக்குமெயின் வழக்காக மாற்றப்பட்டது. இட உள்ஒதுக்கீடு ஆணையை ரத்து செய்யக் கோரி நிலுவையிலிருந்த இருபத்தைந்து வழக்குகளும் வி.வி.சாமிநாதன் வழக்கில் இணைக்கப்பட்டன.

மதுரையில் நடந்த வழக்கு விசாரணையில் எதிர்த்தரப்பினர் நிறையத் தடங்கல்களை ஏற்படுத்தினர். பெரும் கொடுமையாக

ஒன்றைச் சொல்லலாம். வழக்கு விசாரணை குறித்துத் தமிழ் மற்றும் இங்கிலீஷ் செய்தித்தாள்களில், "அவசரச் சட்டத்தை எதிர்த்து வழக்குத் தொடர்ந்திருக்கிறோம். புதிதாக யார் வேண்டுமானாலும் அவசரச் சட்டத்துக்கு ஆதரவாக வழக்குப் பதியலாம்" என்று நோட்டீஸ் போட வேண்டும் என்று நீதியரசர் சுந்தரேசன் அமர்வு ஆணையிடப்பட்டிருந்தது. அதை ஏற்று டிரினிட்டி மிரர்ரிலும், தினமணியிலும் விளம்பரம் செய்தோம். "அவையிரண்டும் வெகு ஜனப்பத்திரிகையல்ல. பிரபலமான பத்திரிகையில் நோட்டீஸ் போட வேண்டும்" என்று எதிர்தரப்பு வற்புறுத்தியது.

இது போன்ற நிகழ்வுகள் எந்த வழக்கிலும் நிகழ்ந்திருக்காது. எதிர்த்தரப்பு நம்முடைய 'பணபலம்' பற்றி நன்றாகத் தெரிந்து வைத்திருக்கிறார்கள். "ஏற்கனவே இரண்டு பேப்பர்களில் போட்டாகிவிட்டது. பத்திரிகையில் போடுவது என்பது வெறும் சம்பிரதாயம்" என்று வாதாடிப் பார்த்தோம். எதிர்தரப்பு ஏற்கவில்லை. வேறு வழியின்றி மறுபடியும் இந்தியன் எக்ஸ் பிரஸிலும், தினத்தந்தியிலும் வெளியிட்டோம். முதலில் வெளியிட்டபோது பதினைந்தாயிரத்தில் முடிந்த வேலை, இரண்டாவது போட்ட பத்திரிகைச் செய்திக்கு ஒரு லட்சம் ரூபாய் ஆனது.

வழக்கில் எந்தவித முன்னேற்றமும் காட்ட முடியாத பொறுப்பாளர்கள் இந்த ஒரு லட்சத்தைப் புரட்ட பெரும் தவதாயப்பட்டனர். தம்பி பாலகுரு குழுவினர் சரியான நேரத்தில் உதவினர். பத்திரிகையில் நோட்டீஸ் வந்தவுடன் எதிர்தரப்பு தனது வேலையைக் காட்ட ஆரம்பித்தது. எண்பதுக்கும் மேற்பட்ட புதிய வழக்குகளைப் பதிவு செய்தது. எண்பது பேரில் பெரும்பாலோர் வட மாவட்டத்தினர். சட்டப்படி வட மாவட்டத்தினர் மதுரை உயர் நீதிமன்றக் கிளையில் வழக்குப் பதிவு செய்ய முடியாது. இதை நாம் குறிப்பிட்டிருக்கலாம். வழக்கு விசாரணை தடைபடும். அதனால் அதை நாம் பொருட்படுத்தவில்லை. வழக்கை எப்படியாவது விசாரணைக்கு கொண்டு வந்தால் போதும் எனற நிலையில் இருந்தோம்.

வழக்கு விசாரணையின்போது எதிர்தரப்பும், அரசாங்கமும் பெரும் மூத்தவழக்கறிஞர் படையைக் கொண்டுவந்தன. இட

உள்ஒதுக்கீட்டை எதிர்த்து உச்ச நீதிமன்றத்தில் வாதாடிய நீதியரசர் (ஓய்வு) நாகமுத்துவை மதுரை உயர் நீதிமன்றத்துக்கு கொண்டுவர விதிகளில் இடமில்லை. வழக்கறிஞர்கள் ரஜினி, சரவண சௌமியன், காசி பாண்டியன் மகாராஜா, குமார், தினேஷ், தங்கவேல், விஷ்ணுவர்த்தன், சுந்தர், கரண், உதய், நன்மாறன், சுந்தரேசன், நாகூர்மீரான், எலிசபெத் ரவி, எம்.விஜய், பிரசாந்த், சந்திரகுமார், மணிமாறன், ஸ்டாலின், கார்த்திக் ராஜா, முத்தரசு, சார்லஸ் அலெக்ஸாண்டர், ஆர்.அன்பழகன் பானுமதி, முருகேந்திரன், ரவிதா, ராஜானி, மனோகரன், வினாயகன், சந்தானகிருஷ்ணன், அருள்வடிவேல், ராம்சுந்தர், விஜய்ராஜ், எடின்பரோ, குருசாமி, ஜெயப்பிரகாஷ், எஸ்.பாபு, அருண் ஜெயத்ராம், பெத்து ராஜேஸ், ப.ஜெயப்பிரகாஷ் பதிவு செய்த வழக்குகளின்மீது மூத்த வழக்கறிஞர்கள் நரசிம்மன், கர்னல் (ஓய்வு), பாலசுப்பிரமணியம் ஆகியோர் வாதாடினார்.

எதிர்தரப்புக்கு கிடைத்த அடுத்த வாய்ப்பு

❖

புதிதாகப் பிரிக்கப்பட்ட திருப்பத்தூர், ராணிப்பேட்டை, கள்ளக்குறிச்சி, செங்கல்பட்டு, மயிலாடுதுறை, தென்காசி மாவட்டங்களில் உள்ளாட்சிக்கான தேர்தல் ஏற்பாடுகள் நடந்தன. தென்காசி தவிர்த்து மற்ற மாவட்டங்களில் வன்னி யர்கள் பரவலாக இருப்பதாக நம்பப்படுகிறது. முறையான சாதிவாரிக் கணக்கெடுப்பு இல்லாததால் எதையும் தீர்மான மாகச் சொல்ல முடியவில்லை.

உள்ளாட்சித் தேர்தலில், அதிமுக கூட்டணியிலிருந்து விலகி தனித்து நிற்கப் போவதாகப் பாமக அறிவித்தது. வழக்கு உயர் நீதிமன்ற மதுரைக் கிளையில் விசாரணையில் இருக்கும்போதே அவசரச் சட்டம் நடைமுறைப்படுத்தப்பட்டது. வன்னியர் இட உள்ஒதுக்கீட்டிற்கான அரசாணையை திமுக அரசு வெளி யிட்டது. விளக்கமாகச் சொல்ல வேண்டுமென்றால், அதிமுக போட்ட அவசரச் சட்டத்தைத் திமுக அரசு நடைமுறைக்கு கொண்டுவந்தது. கலை, அறிவியல் கல்லூரிகளில் 10.5 சதவிகித இட ஒதுக்கீடு அமல்படுத்தப்பட்டது. மிகவும் பிற்படுத்தப்பட்ட இனமான வண்ணார் இனத்தைச் சார்ந்த திருப்பூர் அரசுக் கல்லூரி மாணவி ஒருவருக்கு கட் ஆஃப் அதிகம் இருந்தும் அவருக்கு இடம் கிடைக்கவில்லை. ஆனால் வன்னியர் என்ற முறையில் உள் ஒதுக்கீடு பெற்றவர் கட் ஆஃப் குறைவு என்றாலும் அவருக்கு மிகவும் பிற்படுத்தப்பட்டோர் வகுப்பில் இடம் கிடைத்தது. வன்னியர்கள் அதிகமாக உள்ள செங்கல்பட்டு மாவட்டத்தில் இதற்கு நேர்மாறாக நடந்தது. வன்னியர் இன மாணவர் அதிக கட் ஆப் வைத்திருந்தார். மிகவும் பிற்படுத்தப்பட்டோர் இனத்திலுள்ள போயர் பையன் அவரைவிட கட் ஆப் மிக மிகக் குறைவு. ஆனால் போயர் பையனுக்குச் சீட் கிடைத்தது. இது போல பல குளறு படிகள். இது போன்றவற்றைப் பட்டியலிட்டு நீதிமன்ற விசாரணையின்போது சமர்ப்பித்தோம்.

★

தசரா விடுமுறைக்காக மதுரை உயர் நீதிமன்றம் பத்து நாட்களுக்கு மேல் மூடப்படுவதாக அறிவிப்பு வெளியானது. வெகேசன் கோர்ட்டில் வழக்கைத் தொடர்ந்து நடத்த வேண்டும் என்று வேண்டுகோள் விடுத்தோம். அதுவும் சரியாக வரவில்லை. வேறு வழியின்றி தசரா விடுப்பு முடிந்து விசாரணை தொடர்ந்தது. சென்னையிலிருந்து கே.எம். விஜயனும், டெல்லியிலிருந்து கர்னல் பாலசுப்பிரமணியமும் வீடியோ கான்பரன்ஸ் மூலமாக வாதாடினர்.

அரசுத் தரப்பு வாதம், எதிர்த் தரப்பு வாதம் என்று நாட்கள் கடந்தன. அக்டோபர் 22–ஆம் தேதி வழக்கு விசாரணை முடிந்து, ‘ஜட்ஜ்மெண்ட் ரிசர்வ்ட்’ என்று நீதியரசர்கள் எம்.துரைசாமி, கே.முரளி சங்கர் அறிவித்தனர். நாட்கள் மெதுவாக நகர்ந்தன. தீர்ப்பு தேதி குறித்து அக்டோபர் 30 இல் அறிவிப்பு வந்தது. தீர்ப்புவரும் நாள் என்று நவம்பர் ஒன்றாம் தேதி அறிவிக்கப்பட்டது. 30–ஆம் தேதி மாலை 7.00 மணிக்கு காசிமாயத் தேவர், எஸ்.பி.ரத்தினசபாபதி, துரைமணி, ராசிபுரம் ராம், வழக்கறிஞர் ரஜனி, தேனி அன்பழகன், போடி சௌந்தர்ராஜன், முத்தரையர் சங்கத் தலைவர்ஞ். தவமணி தேவி போன்றோர் கலந்து கொண்டனர். “இன்று பசும்பொன் முத்து ராமலிங்கத் தேவர் குருபூஜை தினம். பிறந்த தினமும் இன்று தான். இறந்த தினமும் இன்றுதான். பிறப்பையும் இறப்பையும் ஒன்றாகக் கொண்ட சீமானின் பிறந்த நாள். நாளை நமக்கு நியாயமான தீர்ப்பு கிடைக்கும் என்ற நம்பிக்கை பிறக்கிறது” என்று பேசினேன்.

★

நவம்பர் 1–ஆம் தேதி காலை 7.00 மணிக்கு ஏற்கனவே நிச்சயித்தபடி டிபுள் டெக்கர் ரயிலில் பெங்களூருக்குப் பயணம். மனம் முழுக்கவும் மதுரையிலேயே இருந்தது. இன்று தீர்ப்பு வரும் நாள். பேரன் திரேன் ராஜே எனது செல்போனை வைத்துக்கொண்டு ஏதோ காமிக்ஸ் பார்த்துக் கொண்டிருந்தான். காலை பத்து நாற்பதுக்கு எனது செல்போன் ஒலித்தது. வழக்கறிஞர் கே.எம்.விஜயன் அழைத்தார். “ஜஸ்டிஸ் ஹாவ் ஒன். நாம் ஜெயித்து விட்டோம். அதிமுக அரசு கொண்டு வந்த உள் இடஒதுக்கீட்டு அவசரச் சட்டம் ரத்தாகிவிட்டது” என்றார்.

"ஓ! மிகுந்த மகிழ்ச்சி. இரண்டு நீதிபதிகளும் ஒரே மாதிரி ஆணை பிறப்பித்திருக்கிறார்களா?"

எனது கேள்வியே தவறு. ஏதோ பேச வேண்டுமே என்று பதட்டத்தில் பேசினேன்.

"ஆம். பின்பு எப்படி அவசரச் சட்டம் ரத்தாகும். இரண்டு ஜட்ஜ்களும் வேறு வேறு முடிவு எடுத்தால் புதிதாக ஒரு ஜட்ஜ் வந்துல்ல விசாரிக்கணும்" என்று வகுப்பு எடுத்தார். "கரெக்ட் கரெக்ட்" என்றேன். இருவர் சார்பாகவும் நீதியரசர் துரைசாமியே தீர்ப்பு வாசித்தார்" என்றார்.

தீர்ப்பை வெளியிட்டபோது, "எதிர்தரப்பு எப்படி எதிர் கொண்டது?" என்றேன்.

"ரத்து ஆணையை ஒருவாரம் நிறுத்தி வைக்கக் கேட் டார்கள்."

"காரணம்?"

"அவசரச் சட்டத்தைப் பயன்படுத்தி கல்லூரிகளில் இடம் கிடைத்தவர்கள், இந்தச் சட்டம் ரத்தானால் கிடைத்த வாய்ப்பை இழந்துவிடுவார்களாம்."

"நீதியரசர் சுந்தரேசன், நீதிரசர் கண்ணம்மாள் அமர்வின் இடைக்கால தீர்ப்பில் அதுதானே சொல்லியிருந்தது? கல்வி, வேலை வாய்ப்பில் 10.5 சதவிகித இட உள்ஒதுக்கீடு உயர் நீதிமன்றத்தின் இறுதித் தீர்ப்புக்கு கட்டுப்பட்டது என்று?"

"ஆம், அதைச் சொல்லித்தான் எதிர்த்தரப்பு கோரிக்கையை நீதியரசர் துரைசாமி நிராகரித்தார்."

நான் ஏதாவது சொன்னால், "எதுக்கு அய்யா அப்படிச் சொல்றீங்க?" என்று எதிர்க்கேள்வி கேட்பவன் எனது ஆறு வயது பேரன் திரேன் ராஜே. அவனிடம், நான், "அய்யா, ஒரு செல்பி எடுக்க வேண்டும் உன்னோடு" என்றேன். பதில் கேள்வி எதுவும் கேட்காமல், "சரி அய்யா" என்றான். நானும் எனது பேரன் திரேன் ராஜேவும் ரயிலில் இருந்தபடி கைகளை உயர்த்தி வெற்றிச் சின்னம் காண்பித்து செல்பி எடுத்தோம். தீர்ப்பை விரைந்து தெரிவிக்க அது ஒரு யுக்தி என்பதைப் புரிந்திருப்பீர்கள்.

மைனாரிட்டி அம்பாசங்கர் கமிஷன் அறிக்கை நிராகரிப்பு

❖

அவசரச் சட்டம் ரத்தான 14வது நாள்.

இன்று (15.11.2020) சென்னை உயர் நீதிமன்றத் தலைமை நீதிபதி திரு சஞ்சீப் பானர்ஜி மேகாலயா உயர் நீதிமன்றத்துக்கு மாறுதலாவார் என்ற செய்தி கிளம்பியது. 65 நீதிபதிகள் உள்ள பாரம்பரியமான மெட்ராஸ் உயர் நீதிமன்றத்திலிருந்து வெறும் 4 நீதிபதிகள் உள்ள மேகாலயாவுக்கு அவரை மாற்றக் கூடாது என்று பத்துக்கும் மேற்பட்ட மூத்தவழக்கறிஞர்கள் ஜனாதிபதிக்கு மனு அனுப்பினர். நீதிபதி சந்துரு (ஓய்வு) ஹிந்து பத்திரிகையில் மெட்ராஸ் தலைமை நீதிபதியை மாற்றக் கூடாது என்று கட்டுரை ஒன்று எழுதியிருந்தார். தலைமை நீதிபதிகளின் மாறுதல் என்பது ஜனாதிபதியின் அதிகாரம். இதில் கருத்துச் சொல்ல என்ன இருக்கிறது என்று தெரியவில்லை.

களப்பலிகள் தொடர்கின்றன

தலைமை நீதிபதி சஞ்சீப் பானர்ஜியைப் பற்றி நினைக்கும் போது, இட உள்ஒதுக்கீடு வழக்கில் அவர் நடந்து கொண்ட முறைதான் நினைவுக்கு வருகிறது. ஒரு தலைமை நீதிபதி வழக்கை விசாரிக்க மாட்டேன் என்று சொன்னது அதுதான் முதன்முறையா என்று தெரியவில்லை. பெருமைக்கும் ஏனையச் சிறுமைக்கும் அவரவர் கருமமே கட்டளைக் கல்.

எது எப்படியோ? மிகவும் பிற்படுத்தப்பட்ட இனத்தைச் சேர்ந்த குழந்தைகளின் எதிர்காலத்தைப் பற்றியும், சட்டச் சிக்கலைப் பற்றியும் கவலைப்படாமல் தேர்தல் வெற்றி வாய்ப்பையே எதிர்பார்த்துக் கொண்டு வரப்பட்ட உள் இட ஒதுக்கீட்டுச் சட்டம் ஆளும் கட்சியான அதிமுகவிற்கு எந்தப் பலனையும் தரவில்லை. எதிர்க்கட்சி ஆனதுதான் மிச்சம்.

புதிதாகப் பிரிக்கப்பட்ட மாவட்டங்களில் நடந்த பஞ்சாயத்துத் தேர்தலில் வன்னியர்களின் வாக்கு வங்கியை நம்பிப் பெரும் நம்பிக்கையுடன் தனித்துப் போட்டியிட்ட பாமக பெரும் தோல்வியைச் சந்தித்தது.

தீர்ப்பு வந்தவுடன் பெரிதாக எதிர்வினை வரும் என்று எதிர்பார்க்கப்பட்டது. இரண்டு இடங்களில் பஸ்கள்மீது கல் எறியப்பட்டது. அரசு காட்டிய கடுமையில் எதிர்தரப்பு அமைதியானது. பத்துப் பதினைந்து நாட்களுக்குப்பின் ஊடகங்களில் விவாதங்கள் ஆரம்பித்தன. தீர்ப்பில் உள்ள முக்கிய விஷயங்களைப் பற்றிப் பேசாமல் ஏதேதோ பேசுவதாகப் பட்டது. தைரியமாகத் தீர்ப்பை வரவேற்றுப் பேச பொது வெளியில் ஆள் ஒருவரும் இல்லை என்பது பெருத்த ஏமாற்றம். பேசிய ஒரு சிலரும் தீர்ப்பில் உள்ள முக்கிய கருத்துகள் பற்றிப் பேசவில்லை.

சட்டப்படி நியாயத் தீர்ப்பு வழங்கிய நீதியரசர்கள் பற்றி விமர்சனம் செய்யும் அளவு சிலருக்குக் கருத்துச் சுதந்திரம் கிடைத்தது. தீர்ப்பின் முக்கிய விஷயங்களைக் குறித்து

மக்கள் பிரதிநிதிகளுக்குத் தெரிவிக்க சீர்மரபினர் நலச்சங்கம் விரும்பியது. (ஒன்றும் பலன் இருக்காது என்று தெரிந்தும்) கடிதம் ஒன்று தயாரானது. அதில், வன்னியர்களுக்கான 10.5% உள் ஒதுக்கீடு அரசாணை ரத்து செய்யப்பட்டது. வழக்கு எண் 15679/2021இல் நீதியரசர்கள் எம்.துரைசாமி, கே.முரளிசங்கர் அமர்வு வழங்கிய தீர்ப்பின் முக்கிய சாராம்சங்களை வரிசைப் படுத்தியிருக்கிறோம்.

1. தமிழக அரசுக்கு உள் ஒதுக்கீடு அவசரச் சட்டம் இயற்ற அதிகாரமில்லை (தீர்ப்பு: பக்கம் 128)

2. சாதியை வைத்து மிகவும் பிற்படுத்தப்பட்ட வகுப்பினரைப் பிரிக்க முயன்ற இந்த அவசரச் சட்டம், சட்டத்துக்கு எதிரானது. சாதிவாரியாக உள் இட ஒதுக்கீடு வழங்குதல் சட்ட விரோதம் (தீர்ப்பு; பக்கம் 138)

3. 1985ஆம் ஆண்டு வெளிவந்த அம்பாசங்கர் கமிஷன் அறிக்கையை ஏற்க முடியாது. அம்பாசங்கர் கமிஷனில் இருந்த 14 உறுப்பினர்கள், அம்பாசங்கர் கொடுத்த சாதி வாரி புள்ளிவிவரம் தவறு என்று சொல்லியிருக்கிறார்கள் (தீர்ப்பு; பக்கம் 150)

4. பிற்படுத்தப்பட்டோர் ஆணையத் தலைவர்கள் ஜனார்த்தனம், தணிகாசலம் இருவரும் ஆணைய உறுப்பினர்களுக்குத் தெரியாமல் தனிப்பட்ட முறையில், கடிதங்களின் மூலம் வன்னியர்களுக்கு உள் ஒதுக்கீடு தரலாம் எனப் பரிந்துரைத்தது தவறு (தீர்ப்பு; பக்கம் 168).

5. ஒவ்வொரு சாதிக்கும் அவரவர் எண்ணிக்கை அடிப்படையில் மட்டும் இட ஒதுக்கீடு செய்யக் கூடாது என்று உச்சநீதிமன்றம் ஏற்கனவே பல வழக்குகளில் தீர்ப்பு வழங்கியுள்ளது. குறிப்பிட்ட சாதி போதுமான அளவு வேலைவாய்ப்பு பெற்றுள்ளதா என்று மட்டுமே பார்த்துச் சட்டம் இயற்ற வேண்டும். வன்னியர்களுக்கான 10.5% இட ஒதுக்கீடு அவசரச் சட்டம், வன்னியர்களுக்குப் போதுமான அளவு வேலைவாய்ப்பு இல்லை எனப் பொத்தாம் பொதுவாகக் குறிப்பிட்டுப் போடப்பட்டுள்ளது. ஆனால் அதற்கான புள்ளிவிவரம் இல்லை (தீர்ப்பு: பக்கம் 171).

6. தமிழகத்தில் முஸ்லீம்கள், அருந்ததியர்களுக்கு உள் இடஒதுக்கீடு வழங்கியது சரிதான். இந்தியாவில்

பத்தாண்டுகளுக்கு ஒருமுறை நடக்கும் மக்கள்தொகை கணக்கெடுப்பின்படி முஸ்லீம்கள் மற்றும் அருந்ததியர் களின் மக்கள்தொகை பதிவு செய்யப்பட்டுள்ளது. ஆனால் வன்னியர் உள் இடஒதுக்கீடு செய்ய சாதிவாரி கணக்கெடுப்பு நடத்தப்படவில்லை (தீர்ப்பு: பக்கம் 178).

7. வன்னியர் உள் இடஒதுக்கீட்டில் 115 சமூகத்துக்கு அநீதி இழைக்கப்பட்டுள்ளது (தீர்ப்பு: பக்கம் 179).

8. 20% இட ஒதுக்கீட்டை மிகவும் பிற்பட்டோருக்கு வழங்கும் போது இந்திய ஜனாதிபதியின் அனுமதி பெறப்பட்டுள் ளது. ஆனால் 10.5% வன்னியர்களுக்கான இட உள் ஒதுக்கீட்டில் ஜனாதிபதியின் ஒப்புதல் வாங்கவில்லை. ஆகவே அவசரச் சட்டம் செல்லத்தக்க தல்ல (தீர்ப்பு: பக்கம் 179).

9. தமிழக அரசு முழுமையான சாதிவாரி கணக்கெடுப்பு நடத்தாமல் வன்னியர்களுக்கு உள் ஒதுக்கீடு தந்திருக்கக் கூடாது (தீர்ப்பு: பக்கம் 181).

10. மத்திய அரசு 2021–ஆம் ஆண்டு ஆகஸ்ட் 15–இல் பிறப்பித்த 105–வது அரசியலமைப்புச் சட்டத் திருத்தம், மாநில அரசுக்கு உள் ஒதுக்கீடு வழங்க அதிகாரம் தந்திருக்கிறது. ஆனால் தமிழக அரசு பிறப்பித்த அவசரச் சட்டம் ஆகஸ்ட் 15–க்கு முன்பே அதாவது பிப்ரவரி 26–இல் பிறப்பித்ததால் 105–வது அரசியலமப்புச் சட்டம் வழங்கிய அதிகாரத்தைப் பயன்படுத்த முடியாது. பக்கம்?

11. இந்த அவசரச் சட்டம் போதுமான சாதிவாரி கணக் கெடுப்பு நடத்தாமல், புள்ளி விவரங்கள் இல்லாமல் இயற்றப்பட்டதால் சட்டம் செல்லத்தக்கதல்ல (தீர்ப்பு: பக்கம் 180–181).

★

டெல்லி உச்ச நீதிமன்றத்தில் அவசரச் சட்டத்தை ரத்து செய்யக்கோரி பதியப்பட்ட ஆபிஸ்குமார், மு.வெ.அன்புபாரதி, முத்துக்குமார், சந்தீப் குமார் வழக்குகள் நிலுவையில் இருந்தன. ஆறு மாதங்களாக அந்த வழக்குகளில் பதில் மனு போடாத தமிழக அரசு, மதுரை உயர் நீதிமன்றத்தின் தீர்ப்பு வந்த அன்று மாலையே பதில் மனு தாக்கல் செய்தது.

நாங்களும் எதிர்வினை ஆற்ற வேண்டியிருந்தது. அவசரச் சட்டம் உயர்நீதிமன்ற மதுரைக் கிளையால் ரத்து செய்யப் பட்டுவிட்டது என்று தெரிவித்து மு.வெ.அன்பு பாரதி, முத்துக்குமார், சந்தீப்குமார் ஆபிஸ்குமார் ஆகியோர் உச்ச நீதிமன்றத்தில் நிலுவையிலிருந்த தங்கள் வழக்குகளை வாபஸ் பெற்றனர்.

வழக்குகளை வாபஸ் வாங்கியதால் தமிழக அரசும், வன்னியர் அமைப்பும் உச்ச நீதிமன்றத்தில் பதில் மனு போட்டு பிரயோஜனமில்லை என்று தெரிந்து கொண்டனர். வேறு வழியின்றி பதில் மனுக்களுக்குப் பதில் அப்பீல் மனுக்களை தயார் செய்தனர். மதுரை உயர் நீதிமன்றக் கிளை தீர்ப்பை எதிர்த்து உச்சநீதிமன்றத்தில் அப்பீல் மனுக்கள் தாக்கல் செய்தனர். வி.வி.சாமிநாதன், செ.விஜயகுமார் உள்ளிட்ட பத்துப் பேர் தங்களை அப்பீல் வழக்கில் தங்களையும் விசாரிக்க வேண்டுமென்று கேவியட் மனுக்களை உச்ச நீதிமன்றத்தில் தாக்கல் செய்தனர்.

BREAKING NEWS
'வன்னியர்களுக்கான 10.5% இட ஒதுக்கீடு ரத்து'
வன்னியர்களுக்கு 10.5% இட ஒதுக்கீடு வழங்கும் அரசாணையை ரத்து செய்து உயர்நீதிமன்ற மதுரைக் கிளை தீர்ப்பு
தமிழகஅரசின் அரசாணையை ரத்து செய்து நீதிபதிகள் துரைசுவாமி, முரளி சங்கர் தீர்ப்பு அளித்துள்ளனர்
10 59 AM

BREAKING NEWS
SUN NEWS
வன்னியர்களுக்கான 10.5% உள் ஒதுக்கீடு ரத்து!
எம்.பி.சி பிரிவில் வன்னியர்களுக்கான 10.5% உள் ஒதுக்கீட்டை ரத்து செய்து உயர்நீதிமன்ற மதுரைக் கிளை உத்தரவு!
சாதிவாரியான கணக்கெடுப்பை நடத்தாமல் உள் ஒதுக்கீடு வழங்கியது தவறானது எனவும் கருத்து!
BREAKING NEWS
01 NOV 2021

முக்கிய செய்தி

வன்னியர்களுக்கான 10.5% உள் இடஒதுக்கீடு சட்டம் - உச்சநீதிமன்றத்தில் தமிழக அரசு மனு தாக்கல்

"10.5% உள் இடஒதுக்கீடு சட்டத்தால் தமிழகத்தின் 69% இடஒதுக்கீடு சட்டம் எவ்விதத்திலும் பாதிக்கவில்லை"

அரசியலமைப்பு சட்ட விதிகளின் படியே, வன்னியர்களுக்கான 10.5% உள் இடஒதுக்கீடுக்கான சட்டம் இயற்றப்பட்டுள்ளது

09.11.2021

/ Thanthi TV

BREAKING NEWS

way2news

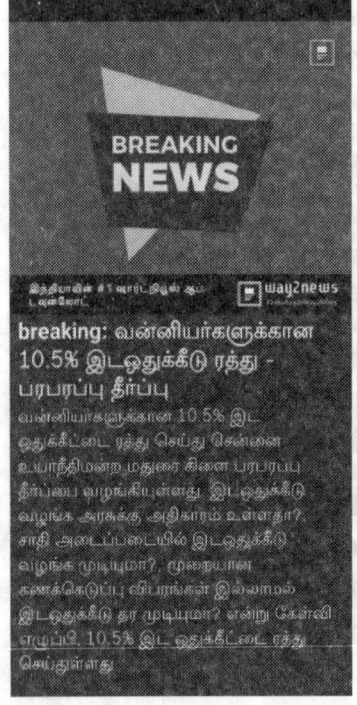

breaking: வன்னியர்களுக்கான 10.5% இடஒதுக்கீடு ரத்து - பரபரப்பு தீர்ப்பு

வன்னியர்களுக்கான 10.5% இட ஒதுக்கீட்டை ரத்து செய்து சென்னை உயர்நீதிமன்ற மதுரை கிளை பரபரப்பு தீர்ப்பை வழங்கியுள்ளது. இடஒதுக்கீடு வழங்க அரசுக்கு அதிகாரம் உள்ளதா?, சாதி அடிப்படையில் இடஒதுக்கீடு வழங்க முடியுமா?, முறையான கணக்கெடுப்பு விபரங்கள் இல்லாமல் இடஒதுக்கீடு தர முடியுமா? என்று கேள்வி எழுப்பி, 10.5% இட ஒதுக்கீட்டை ரத்து செய்துள்ளது

#BREAKING:
வன்னியர்களுக்கான 10.5% இட ஒதுக்கீடு ரத்து..!

195

வன்னியர்களுக்கான 10.5% இட ஒதுக்கீட்டு அரசாணையை ரத்து செய்து உயர்நீதிமன்ற மதுரைக்கிளை உத்தரவு பிறப்பித்துள்ளது. முறையாக சாதிவாரியான கணக்கெடுப்பு நடத்திய பின்னரே இட ஒதுக்கீடு வழங்க வேண்டும் என தெரிவித்துள்ளது.

பகிர் கருத்து சேர்

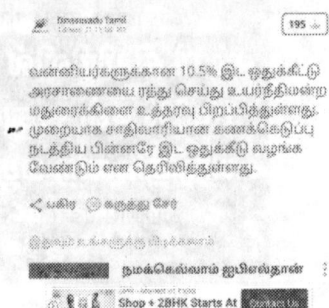

மதுரையிலிருந்து டெல்லிக்கு...

❖

அதிமுக கொண்டு வந்த அவசரச் சட்டம் அதுவும் தேர்தலில் கூட்டணி அமைக்க வேண்டும் என்ற நிர்பந்தத்தில் அவசர அவசரமாக அள்ளித் தெளித்த அலங்கோலம் என்று தெரிந்திருந்தும் புதிதாக வந்த அரசு எதிர்த் தரப்பை முழுவதுமாக ஆதரித்தது. இந்த வழக்குக்காகச் செலவழிக்கப்படும் தொகை அனைத்தும் மக்களின் வரிப்பணம். உச்ச நீதி மன்றத்திலும் தோற்கப் போகும் இந்த வழக்குக்குப் பணம் வாரி இறைக்கப்பட்டது. நாள் ஒன்றுக்கு 20 லட்சம், 30 லட்சம் வாங்கும் மூத்த வழக்கறிஞர்கள் பலரை அரசாங்கம் அமர்த்தியது. தனிப்பட்ட சாதியின் தலைவர்களைத் திருப்திப்படுத்த வலிய முயற்சிப்பதாகவே தோன்றியது. இந்த வழக்கைப் பொருத்தவரை அவர்களுக்குத் 'தீர்ப்பு' முக்கியமில்லை. வழக்கு எவ்வளவு காலத்துக்குத் தீர்வை எட்டாமல் நிலுவையில் இருக்கிறதோ அவ்வளவுக்கவ்வளவு நல்லது. "பாம்பையும் கீரியையும் சண்டைக்கு விடப் போகிறேன் பாருங்கள்! பாருங்கள்!" என்று கூட்டத்தைக் கூட்டி கடைசிவரை சண்டையை நடத்திக் காண்பிக்காதவனின் சூழ்ச்சிக்கு நிகரான நிலைப்பாடு.

தமிழ்நாடு அரசின் உயரதிகாரிகள் பகல் இரவு என பாராது உச்ச நீதிமன்ற அப்பீல் தயாரிப்பதாகத் தெரிவிக்கப்பட்டது. பெரும் கொடுமை அரசின் முக்கியஸ்தர்கள் நேரில் சந்தித்து விளக்கம் தந்ததாகச் சொல்லப்பட்டது.

டெல்லி உச்ச நீதிமன்றத்தில் 20-க்கும் அதிகமான அப்பீல் மனுக்கள் தாக்கல் செய்யப்பட்டன. தமிழக அரசு அப்பீல் செய்தால் பரவாயில்லை. தமிழ்நாடு பிற்படுத்தப்பட்டோர் ஆணையமும் அப்பீல் செய்தது.

இதற்கிடையில் தமிழ்நாடு பிற்படுத்தப்பட்டோர் ஆணையக் குழுவின் கூட்டத்தை அதன் தலைவர் ஓய்வுபெற்ற நீதியரசர் தணிகாசலம் கூட்டினார். அதன் உறுப்பினரான அழகுமலை கூட்டத்தில் கடுமையாகப் பேசினார். "எங்களுக்குத் தெரியாமல்

பல விசயங்கள் நடந்திருக்கிறது. 2020-ஆம் ஆண்டு பிப்ரவரி மாதம் 14-ஆம் தேதி நமது ஆணையத்துக்கு அரசாங்கத்திடம் இருந்து கடிதம் வந்திருக்கிறது. அந்தக் கடிதத்தில் 2012-ஆம் ஆண்டு மார்ச் மாதம் முன்னால் பிற்படுத்தப்பட்டோர் ஆணையத் தலைவர் ஜனார்த்தனம் எழுதிய வன்னியர்களுக்கு 10.5 சதவிகித இட உள்ஒதுக்கீட்டுக்கான கடிதம் வந்திருக்கிறது. ஆணையத்திடம் அரசு கருத்து கேட்டிருக்கிறது. தலைவரான நீங்கள் பத்து வருடத்துக்கு முன்பு எழுதப்பட்ட ஒரு கடிதத்திற்கு, அரசுக்குப் பதில் அனுப்புமுன் ஆணையத்தைக் கூட்டி எங்களது கருத்தைக் கேட்டிருக்க வேண்டும். கடிதம் வந்தது 14-ஆம் தேதி. நீங்கள், அடுத்த நான்கு நாட்களில், 10.5 சதவிகித உள் ஒதுக்கீடு தரலாம் என்று அரசுக்கு கடிதம் அனுப்பியிருக்கிறீர்கள். அடுத்த நான்கு நாட்களில் அரசு அவசரச் சட்டத்தைத் தயார் செய்கிறது. அரசுக்கு அவசரச் சட்டம் கொண்டு வர வேண்டும் என்ற நிர்ப்பந்தம் இருக்கலாம். தேர்தல் அறிவிப்பு வரப்போகிறது என்ற பதட்டம் இருக்கலாம். நம் ஆணையத்துக்கு என்ன நிர்ப்பந்தம்? நீங்கலாகத் தனிப்பட்ட முறையில் ஒரு கடிதத்தைக் கொடுத்துவிட்டு எங்களிடம் எப்படிப் பின்னேற்பு கேட்க முடியும். நாங்கள் பின்னேற்பு செய்ய மாட்டோம்."

பிற்படுத்தப்பட்டோர் ஆணையக் கூட்டத்தில் எந்த முடிவும் எட்டப்படவில்லை என்று செய்தி வெளியானது.

பகுதி - 2

❖

உச்ச நீதிமன்றத்துக்கு நான் நேரடியாகப் போக வேண்டாம் என நினைத்தேன்.

உச்ச நீதிமன்றத்தில் இட ஒதுக்கீடு வழக்கு விசாரணை குறித்து எனக்கு நல்ல அனுபவம் உண்டு. தமிழ்நாட்டில் 69 சதவிகித இடஒதுக்கீடு வழங்கியது தவறு என்று பதின்மூன்று ஆண்டுகளுக்கு முன்பு வழக்கு நடந்தது. (வழக்கு இன்னும் முடியவில்லை) அந்தச் சமயத்தில் பிற்பட்டோர் மற்றும் மிகவும் பிற்பட்டோர் என இரண்டு துறைகளுக்கும் நான் ஆணையராக இருந்தேன். உச்ச நீதிமன்றத்தில் 69 சதவிகித இட ஒதுக்கீட்டை எதிர்த்து மூத்த வழக்கறிஞர் கே.எம். விஜயன் வழக்குத் தொடர்ந்திருந்தார். 69 சதவிகித இட ஒதுக்கீட்டை காப்பாற்ற முயற்சி எடுத்தோம். என்னோடு துறையின் செயலாளர் தங்க.கலியபெருமாள் ஐஏஎஸ், டெபுடி கலெக்டர் எஸ்.வி.சீனிவாசன் இருவரும் டெல்லிக்கு வந்தார்கள்.

மூத்த வழக்கறிஞர் கே.எம். விஜயன் எங்களுக்கு எதிர்த் தரப்பில் இருந்தார். தமிழ்நாடு அரசு தரப்பில் மூத்த வழக் கறிஞர் முகுல் ரஸ்தோகியை நியமித்தோம். காலம் எப்படி மாறிவிட்டது? கே.எம்.விஜயன் இந்தப் பதிமூன்று வருட இடைவெளியில் எங்கள் பக்கம் ஆஜராகிறார். ரஸ்தோகி எதிரணியில் ஆஜராகிறார். (முகில் ரஸ்தோகிக்கு அந்தச் சமயம் ஒரு வழக்கில் பேசினாலும் பேசாவிட்டாலும் தினம் 11 லட்ச ரூபாய் செக் தர வேண்டும். (நீதிமன்றத்தில் எழுந்து நின்று தொண்டையைக் கனைத்தாலே பேசியதாக அர்த்தம்.)

2010–இல் உச்ச நீதிமன்றத்தில் 69 சதவிகித இடஒதுக்கீடு குறித்த வழக்கு நடந்தபோது அன்றைய எதிர்க்கட்சிகளைச் சேர்ந்த அரசியல் தலைவர்கள் தங்கள் வழக்கறிஞர்களை நீதி மன்றத்துக்கு அனுப்பினார்கள். 69 சதவிகித இட ஒதுக்கீட்டை ஆதரிப்பவர்கள் என்று பொதுவெளியில் அவர்களுக்கு அடை யாளம். ஆனால் அரசுத் தரப்பில் 69 சதவிகித இடஒதுக்கீட்டை

காப்பாற்ற அரசுத் தரப்பு போராடும்போது எதிர்க்கட்சி தலைவர்களது வழக்கறிஞர்கள் எந்த உதவியும் செய்ய மாட்டார்கள். அரசுத் தரப்பு எப்போதாவது நீதியரசர்கள் கேட்கும் கேள்விகளுக்குப் பதில் சொல்ல முடியாமல் தடு மாறினால் நீதிமன்றத்துக்கு வெளியே ஓடிச்சென்று தங்களின் கட்சித் தலைமைக்கு மகிழ்ச்சிக் குரலில் தகவல் தெரிவிப்பார்கள். கோர்ட்டில் யார் யார் இருக்கிறார்கள் என்றும் அவ்வப்போது அப்டேட் செய்வார்கள். இதை நான் பார்த்திருந்ததால், நான் டெல்லி சென்றால் எதிர்த்தரப்பின் கவனத்தைப் பெறும், தேவையில்லாத சர்ச்சையை உண்டாக்கும் என்று தெரியும். அதனால்தான் டெல்லிக்குப் போக வேண்டாம் என நினைத்தேன்.

பத்து நாட்களுக்கு முன்பு நடந்த உச்ச நீதிமன்றத்தில் விசாரணை ஆரம்பமானது. செ.விஜயகுமார் அண்ணன் என்னை வற்புறுத்தி அழைத்த போதும் மறுத்துவிட்டேன். நான் மறுத்ததற்கு இரண்டு கூடுதல் காரணங்கள் இருந்தன. ஒன்று ஆன்லைனில் விசாரணையை என்னால் பார்க்க முடியும். இரண்டாவது நம் தரப்பு மூத்த வழக்கறிஞர் கே.எம். விஜயன் உச்ச நீதிமன்றத்தில் நேரடி விசாரணைக்கு வருவதற்கு தனது உடல்நிலை ஒத்துக்கொள்ளாது என்று கூறிவிட்டார். மூத்த வழக்கறிஞரே டெல்லி போகாமல் அவர் ஆன்லைனில் வாதிடும் போது நான் எதற்காக டெல்லி போக வேண்டும்?

டெல்லி உச்ச நீதிமன்ற விசாரணையில் எதிர்த்தரப்பு வழக் கறிஞர்கள் 10.5 உள்ஒதுக்கீடு ரத்து ஆணைக்கு தடையாணை கொடுத்துவிட்டு வழக்கை அரசியலமைப்பு சட்டத்தின் (7 நீதியரசர்கள்) கொண்ட அமர்வுக்கு மாற்றச் சொல்லிக் கேட்டனர். ஆன்லைனில் வழக்கைக் கவனித்துக் கொண்டிருந்த எங்களுக்குத் தூக்கி வாரிப்போட்டது. இது வழக்கை இழுத்தடிக்கும் முயற்சி. அதுவும், (தீர்வு தேவையில்லை, வழக்கு லைவில் இருந்தாலே போதும்) மதுரை உயர்நீதி மன்றக் கிளை ரத்து செய்த 10.5 சதவிகித உள்ஒதுக்கீட்டுச் சட்டத்திற்கு உச்ச நீதிமன்றத்தில் தடையாணை கிடைத்து ஏழு உறுப்பினர் அரசியலமைப்பு சட்ட அமர்வுக்கு மாற்றப்பட்டால், வழக்கு முடிய குறைந்தது இருபது வருடங்கள் ஆகலாம். ஏற்கனவே நான் பிற்பட்டோர் மற்றும் மிகவும் பிற்பட்டோர் ஆணையராக பதின்மூன்று வருடங்களுக்கு முன்பு நடத்திய 69 சதவிகித இடஒதுக்கீடு வழக்கே அரசியலமப்பு சட்ட அமர்வில்தான்

இன்றும் விசாரணையில் இருக்கிறது. அதோடு இந்த வழக்கைச் சேர்த்தால் அடுத்து எத்தனை வருடம் காத்திருக்க வேண்டுமோ? அதைவிடப் பெரும் பிரச்சினை, நாம் 10.5 சத விகித இட ஒதுக்கீடுதான் தவறு என்கிறோம். 69 சதவிகித இட ஒதுக்கீட்டை தவறு என்று சொல்லவில்லை. (குதிரையையும், கழுதையையும் சேர்த்து கட்டிவிடக் கூடாதே?)

தங்கள் தரப்பு பலவீனமாக இருக்கிறது என்று தெரிந்துதான் எதிர்த் தரப்பு வில்லங்கத்துடன் இந்த முயற்சியை எடுத்திருக்கிறது. அவர்கள் வாதம் இதுதான். "தமிழ்நாட்டில் வழங்கப்படும் 69 சதவிகித இடஒதுக்கீடு குறித்த வழக்கு உச்ச நீதிமன்ற ஏழு நீதியரசர்கள் கொண்ட அரசியல் சட்ட அமர்வில் நிலுவையில் உள்ளது. அதோடு சேர்த்து இந்த வழக்கையும் விசாரிப்பதே முறையானது. ஆகவே இந்த வழக்கை தற்போதைய இரண்டு மெம்பர்களான நீதியரசர்கள் நாகேஸ்வர ராவ், கவாய் அமர்வு விசாரிக்க வேண்டாம். வழக்கை ஏழு நீதியரசர்கள் அமர்வுக்கு மாற்றுங்கள். அதோடு சென்னை உயர் நீதிமன்றத்தில் 10.5 உள்ஒதுக்கீட்டை ரத்து செய்து நீதியரசர்கள் துரைசாமி, முரளிசங்கர் அமர்வு கொடுத்த தீர்ப்புக்குத் தடையாணை கொடுங்கள்" என்றனர். நல்லவேளையாக நம் தரப்பில் உச்ச நீதிமன்றத்தில் நேரடியாக ஆஜராகிய மூத்த வழக்கறிஞர் நீதியரசர் நாகமுத்து சரியான பதில் கொடுத்தார்.

"இந்த வழக்கு 7 மெம்பர் பெஞ்சுக்கு அனுப்பும் அளவு சட்டப் பிரச்சினை இல்லாத ஒன்று. மராட்டா இடஒதுக்கீட்டில் 5 மெம்பர் பெஞ்சின் இறுதி ஆணை வருவதற்கு முன்பு நடந்த வழக்குகள்தான் 7 மெம்பர் பெஞ்சுக்கு அனுப்பப்பட்டன. இப்போது மராட்டா வழக்கில் 5 மெம்பர் பெஞ்ச் தீர்ப்பு சொல்லிவிட்டது. அதில் நீதியரசர் நாகேஸ்வர ராவ் ஆகிய நீங்களும் உறுப்பினராக இருந்தீர்கள். அதனால் இதை 7 மெம்பர் பெஞ்சுக்கு அனுப்பக் கூடாது. எதிர்த்தரப்பினர் வழக்கை இழுத்தடிக்க முயலுகிறார்கள்" என்றார்.

இணைய வழி வாதாடிய மூத்த வழக்கறிஞர் கே.எம். விஜயன், "மும்பை உயர் நீதிமன்றம் மராட்டா வழக்கில் உள்ஒதுக்கீட்டிற்கு ஆதரவான தீர்ப்பு வழங்கியது. அதனால் சுப்ரீம் கோர்ட் மேல் முறையீட்டில் ஸ்டே வழங்கி அதன்பின் 5 மெம்பர் அரசியலமைப்பு அமர்வுக்கு வழக்கு அனுப்பப் பட்டது. இந்த வழக்கு மராட்டா வழக்கிற்கு நேர் எதி ரானது.

இந்த வழக்கில் எதிர்த்தரப்பிற்குச் சாதகமான தீர்ப்பு, மெட்ராஸ் உயர் நீதிமன்ற மதுரைக் கிளையில் கிடைக்கவில்லை. தமிழ்நாட்டின் 10.5 சதவிகித உள்ஒதுக்கீட்டு சட்டம் ரத்து செய்யப்பட்டு விட்டது. ரத்து செய்யப்பட்ட ஓர் ஆணைமீது எப்படி சுப்ரீம் கோர்ட் ஸ்டே தர முடியும்? இது ஒரு கெடுதி (evil). தயவுசெய்து கெடுதியை நீட்டிக்க முயற்சிக்கும் எதிர்த் தரப்பிற்கு மாண்பமை உச்ச நீதிமன்றம் எந்த விதத்திலும் உதவி செய்ய வேண்டாம்" என்று வாதிட்டார்.

எதிர்த் தரப்பு வாதத்திற்கு நீதியரசர்கள் ராகேஸ்வர ராவ், கவாய் முற்றுப்புள்ளி வைத்தனர். "இந்த வழக்கை அரசியலமைப்பு சட்ட அமர்வுக்கு மாற்ற வேண்டியதில்லை. நாங்களே விசாரிப்போம். இடைக்கால தடையும் தர முடியாது. அடுத்த வாரம் விசாரிப்போம். அதற்குள் இரண்டு தரப்பும் எழுத்து மூலமான பதில்களைத் தாருங்கள்" என்றார்கள். இனி இணைய வழி விசாரணையும் கிடையாது. இருதரப்பும் நேரில் ஆஜராக வேண்டும், வழக்கு நடத்துவதில் தொய்வு கூடாது, அவகாசம் கேட்கக் கூடாது. ஒரே சிட்டிங்கில் முடிக்க வேண்டும்" என்றனர் நீதியரசர்கள்.

நீதியரசர் நாகமுத்துவின் மருமகனும் எனது சட்டக் கல்லூரி நண்பர் மகேந்திரனின் மகனுமான அருமைத் தம்பி பார்த்தீபன் உச்ச நீதிமன்ற வழக்கறிஞராக உள்ளார். நம் தரப்பில் எழுத்து மூலமான பதில் தயாரிக்க உச்ச நீதிமன்றம் பார்த்திபனுக்கு அனுமதியளித்தது. பார்த்திபன் வயதில் மிக இளையவராக இருந்தாலும் (நான் பார்த்து வளர்ந்த பையன்) சிறப்பாகத் தயார் செய்வார் என்ற நம்பிக்கை எங்களுக்கு இருந்தது. காசி மாயத் தேவரோடும் என்னோடும் அடிக்கடி தொடர்பு கொள்ளுவார். நல்லவேளையாக நீதியரசர் நாகமுத்து இடையில் சென்னை வந்தார். ஒருநாள் மதியம் 12 மணிக்கு ஆரம்பித்த பதிலுரை தயாரிப்பு மாலை 4 மணிவரை இடைவெளியில்லாமல் நடந்தது. அன்று எங்களுக்கு மதிய உணவு கிடையாது. நான் கொண்டு சென்றிருந்த காரா சேவே நீதியரசர் நாகமுத்து, வழக்கறிஞர் கௌதம் மற்றும் எனக்கு மதிய உணவு. மதுரையிலிருந்த தம்பி பார்த்திபனுடன் ஆன்லைனில் தொடர்பு கொண்டு எழுத்துப்பூர்வமான அறிக்கைக்கு முழுவடிவம் கொடுத்தோம்.

★

உச்ச நீதிமன்றத்தில் வழக்கு மீண்டும் விசாரணை நடக்கும் தேதி வெளியானது. 2022-ஆம் ஆண்டு பிப்ரவரி மாதம் இருபத்து இரண்டாம் தேதி. (தமிழ்நாடு அரசு உள்ஒதுக்கீடு அவசரச் சட்டம் போட்டு ஒரு வருடம் ஆகியிருந்தது.) நீதியரசர்கள் நேரடி விசாரணை என்று சொல்லியிருந்தாலும் இணைய வழி விசாரணையும் இருக்கும் என்று நம்பினோம். டெல்லியிலிருந்து வழக்கறிஞர் கௌதம் பேசினார். "சார் கட்டாயம் கே.எம்.விஜயன் சார் டெல்லிக்கு வர வேண்டும்."

நான் கே.எம்.விஜயனைத் தொடர்பு கொண்டேன். அவர் கொடுத்த விளக்கத்தை ஏற்று கௌதமைக் கூப்பிட்டேன்.

"இல்லை கௌதம், ஹைபிரிட் (நேரிலும் ஆஜராகலாம், ஆன்லைனிலும் ஆஜராகலாம்.) என்று விஜயன் சொன்னார். அவரால் நேரடியாக வர முடியாதாம். உடல்நிலை சரியில் லையாம். மூன்று ஆண்டுகளாக வெளியில் எங்கும் போன தில்லையாம்."

"இல்லை சார் விசாரித்துவிட்டேன். ஹைபிரிட் இருக்க வாய்ப்பேயில்லை. அவர் கட்டாயம் டெல்லி வர வேண்டும்."

"சரி, மறுபடியும் பேசிப் பார்க்கிறேன்."

கே.எம்.விஜயன், "நான் விமானத்தில் ஏறி மூன்று வருடங் களாகிறது. பெரிய ஆபரேசன் ஒன்று செய்துள்ளேன். அதனால் கௌதமை மறுபடியும் கேட்டுப் பார்க்கச் சொல்லுங்கள். உச்ச நீதிமன்ற விசாரணையின்போது நீதியரசர் நாகமுத்து என் உடல்நிலை குறித்தும் என் தரப்பில் உள்ள நியாயத்தைச் சொன்னால் நீதிமன்றம் என்னை ஆன்லைனில் பேச அனு மதிக்கும்" என்றார்.

இரண்டு தரப்பில் சிக்கிய பந்துபோல ஆனேன். ஜஸ்டிஸ் நாகமுத்துவிடமும் பேசினேன்.

"இல்லை சார், இதற்கு முந்தைய விசாரணையில் நான் ஓபன் கோர்ட்டில் சொல்லித்தான் விஜயனை ஆன்லைனில் வாதிட அனுமதித்தார்கள். சென்ற விசாரணையிலேயே ஜஸ்டிஸ் நாகேஸ்வர ராவ் சொல்லிவிட்டார். ஆன்லைன் விசாரணை கிடையாது என்று. நீங்களும் கேட்டிருப்பீர்களே? அதனால் விஜயன் கட்டாயம் டெல்லி வர வேண்டியிருக்கும்" என்றார்.

வேறு வழியின்றி கே.எம்.விஜயனை நேரில் சந்தித்துச் சூழ்நிலையை விளக்கினேன். "நீங்கள்தான் மதுரை உயர் நீதிமன்றத்தில் இந்த வழக்கை லீட் செய்து வழக்காடினீர்கள். இந்த வழக்கை உச்ச நீதிமன்றம் அப்பீலாக விசாரிக்கவில்லை என்று உங்களுக்குத் தெரியும். ஆரம்ப கட்ட விசாரணை போலவே விசாரிக்க விரும்புகிறது. அதனால் உங்கள் பிரசன்ஸ் உச்ச நீதிமன்றத்தில் கட்டாயம் இருக்க வேண்டும். ஜஸ்டிஸ் நாகமுத்துவும் அதைத்தான் சொல்கிறார்."

சிறிது யோசனைக்குப்பின், "நீங்கள் இவ்வளவு வற்புறுத்து வதால் டெல்லி வருகிறேன். ஆனால் துணைக்கு நீங்கள் வர வேண்டும்" என்றார்.

எனக்குத் தர்மசங்கடம். நான் வந்தால் எதிர்த்தரப்பு என்னைக் கவனிக்கும். தேவையில்லாத விமர்சனம். 2012–ஆம் ஆண்டு நான் பிற்பட்டோர் நலத்துறை ஆணையராக இருந்தபோது நீதிபதி (ஓய்வு) ஜனார்த்தனத்தால் ஆரம்பிக்கப்பட்ட 10.5 சதவிகித உள்ஒதுக்கீட்டு பிரச்சினையில் நான் தொடர்ந்து ஈடுபாடு காண்பிப்பது என்னைப் பொருத்தவரை தார்மீகக் கடமை. ஆனால் மற்றவர்கள் அப்படி நினைக்க மாட்டார்கள். வேறு வழியின்றி இணங்கினேன். என்னோடு கே.எம்.விஜயன் வரத் தயாரானார்.

"விமானப் பயணத்தின்போது கால்களை நெருக்கி வைக்க முடியாது. அதனால் முதல் வரிசையில் சீட் வேண்டும்" என்றார்.

கொஞ்சம் கூடுதல் கட்டணம் ஆகும் பரவாயில்லை என நினைத்தேன். சரி அவருக்கு முதல் வரிசையில் கட்டணம் செலுத்திவிட்டு நான் கிடைக்கும் இடத்தில் உட்காரலாம் என நினைத்தேன். "நீங்கள் எனக்கு அருகில் உட்கார வேண்டும். பயணத்தின்போது நாம் விவாதிக்கலாம்" என்றார். 'இன்னும் கூடுதலாக கட்டணமாகும் பரவாயில்லை' என்று முடிவு செய்தேன்.

"நீங்களே வந்து என்னை சென்னை விமான நிலையத்திற்கு அழைத்துச் செல்ல வேண்டும்" என்றார்.

"நல்லது சார்."

பல கட்டளைக்கும் கோரிக்கைகளுக்கும் பிறகு, டெல்லி செல்ல விமானத்தில் ஏறினோம். எனக்கு 1B, அவருக்கு 1C.

உட்காரும்போதே நான் 1Aல் உட்கார்ந்து எங்கள் இருவருக்கும் இடையே வசதியான இடைவெளி விட்டேன். "1A விமானத்தின் முதல் இருக்கை. கட்டாயம் ஆள் வந்துவிடும்" என்றார் மூத்த வழக்கறிஞர் விஜயன். "பார்ப்போம், வந்தால் மாறிக் கொள்கிறேன்" என்றேன்.

விமானத்தின் கதவு மூடும்வரை மனது, "திக் திக்" என்றிருந்தது. முத்தையா சாமியை வேண்டிக் கொண்டேன். மூத்த வழக்கறிஞர் விஜயன் கொஞ்சம் வசதியாக உட்கார்ந்து வந்தால் நல்லது என நினைத்தேன். (நானும்தான்) விமானத்தின் கதவுகளை மூடச்சொல்லி விமானி, பணிப்பெண்களுக்கு உத்தரவிட்டார். கதவு மூடப்பட்டது. 1A ஆள் வரவில்லை. நினைத்தது நடந்தது. (எங்கள் இருவருக்கும் இடையிலிருந்த 1B சீட்டில் 6000 பக்கம் கொண்ட வழக்கின் கட்டுகள் பயணித்தன. அவ்வப்போது விவாதிக்க ஏதுவாக).

★

டெல்லியில் ஹோட்டல் ராயல் பிளாசாவில், நாங்கள் தங்குவதற்கு வழக்கறிஞர் கௌதம் ஏற்பாடு செய்திருந்தார். ஓட்டுநர் முனியனையும் அனுப்பி வைத்திருந்தார். என்னை வரவேற்க டெல்லி சீனிவாசனும் விமான நிலையத்துக்கு வந்துவிட்டார். ஓட்டுநர் முனியனை அனுப்பிவிட்டு சீனிவாசன் காரிலேயே ஓட்டல் வந்தோம்.

மறுநாள் வழக்கு விசாரணை. கே.எம்.விஜயன் இரவு முழுவதும் தயாரானார். நானும் அவரும் ஒரே அறை என்பதால் அவரது தயாரிப்புகளுக்கு உதவியாக இருக்க முடிந்தது. வழக்கமாக அரசின் பிரதிநிதியாக, சகல ஏற்பாடுகளுடன் வந்திறங்கும் நான், முதன்முறையாக யாருடைய உதவியுமில்லாமல் டெல்லிக்கு வந்தது இதுவே முதல்முறை. அதனால் சில இடர்பாடுகள் இருந்தன.

பிப்ரவரி மாதம் 22-ஆம் தேதி காலை. உச்ச நீதிமன்றத்தின் 5-ஆம் எண் நீதி மன்றத்தில்தான் விசாரணை. கே.எம். விஜயன் வற்புறுத்தியதால் அவரோடு கிளம்பினேன். உச்ச நீதிமன்றம் வரை சென்று அவரை இறக்கிவிட்டு வந்துவிடலாம் என்று என்னைச் சமாதானப்படுத்திக் கொண்டேன். எந்தச் சூழ்நிலையிலும் நீதிமன்றத்திற்குள் மட்டும் போக வேண்டாம் என்று முடிவு செய்திருந்தேன். உச்ச நீதிமன்றத்தை நெருங்கியதும் வழக்கை நேரில் பார்க்க வேண்டும் என்று விருப்பம்

உண்டானது. காரணம் காசிமாயன் அன்று காலையில் தந்த தகவல். "இன்னிக்குப் பூராவும் 2012–ஆம் ஆண்டு நீதிபதி ஜனார்த்தனுக்கு எதிராக நீங்களும் உங்களோடு சேர்ந்து ஐந்து பேர் கொடுத்த அறிக்கையைத்தான் விவாதத்திற்கு எடுக்கிறார்களாம். 69 சதவிகிதத்தைக் காப்பாற்றப் போவதும் உங்கள் அறிக்கைதான். 10.5 சதவிகித உள்ஒதுக்கீடு பிரச்சினையிலிருந்து விடுவிக்கப் போவதும் உங்கள் அறிக்கைதான்" என்றார்.

இந்தியாவின் உச்ச நீதிமன்றத்தில் விவாதம் நடக்கும்போது அதுவும் நம் அறிக்கை பற்றிப் பேசும் இடத்தில் அதை நேராகக் கேட்பது எவ்வளவு பெரிய தருணம்? டெல்லிக்கு வர வேண்டாம் என்றிருந்தவனை ஏதோ ஒரு சக்தி இழுத்து வந்திருக்கிறது. உச்ச நீதிமன்றம் வாசல்வரை வந்துவிட்டோம். விசாரணை நீதிமன்றத்துக்குள் போகலாமே? என நினைத்தேன். உச்ச நீதிமன்றத்தின் உள்ளே செல்ல அனுமதிச் சீட்டு கொடுக்கும் இடத்திற்கு வந்தேன்.

கே.எம்.விஜயன் வழக்கறிஞர்களுக்கான வரிசையில் நின்று அனுமதிச் சீட்டு வாங்கினார். அண்ணன் செ.விஜயகுமார் வழக்கறிஞர் உடையில் நின்றிருந்தார். "தம்பி, நீங்கள் வக்கீலுக்குப் படித்தவர்தானே உடுப்பை கொண்டு வந்திருக்கலாமே?" என்றார்.

"இல்லை அண்ணா, கவர்மென்ட் சர்வீசில் இருக்கும்வரை வக்கீல் உடுப்பு போட முடியாதே" என்றேன். அங்கிருந்து நகர்ந்தேன். அடுத்தது அதிகாரிகள் வரிசை. நீதிமன்ற வேலைக்கு வரும் அதிகாரிகளுக்கான வரிசை. நான் அதிலும் நிற்க முடியாது. நான் அலுவலகரீதியாக நீதிமன்றத்துக்கு வரவில்லை.

பொதுமக்களுக்கான வரிசை என்ற அறிவிப்புப் பலகை பார்த்தேன். நான் அதை நெருங்கியபோது, 'இன்று கோர்ட் எண் 5இல் பொது மக்களுக்கு அனுமதியில்லை' என்று ஒரு குண்டைப் போட்டார்கள்.

வேறுவழியின்றி, பாஸ் வழங்கும் அறையிலிருந்து வெளியேறினேன். மூத்த வழக்கறிஞர் ஜஸ்டிஸ் நாகமுத்து, நம் வழக்கறிஞர்கள் பார்த்திபன், கௌதம் ஆகியோர் வந்தார்கள். என் நிலைமையைத் தெரிந்து, "ஏதாவது வக்கீல் சேம்பரில் உட்கார வைக்கிறோம்" என்று சொன்னார்கள். "அங்கு மைக் ஏதும் இருக்குமா? 5–ஆம் நம்பர் கோர்ட் நடவடிக்கைகளை நான் கேட்க முடியுமா?" என்று கேட்டேன்.

“கேட்க முடியாது, அங்கிள் சும்மா உட்கார்ந்திருக்கலாம்” என்றார் பார்த்திபன். அட்வகேட் கௌதமைப் பார்த்தேன். அவர் சீரியஸாக ‘செல்’லைப் பார்த்துக் கொண்டிருந்தார்.

“சார், ஒரு குட் நியூஸ். இன்று 5வது கோர்ட்டில் ஹைபிரீட். கோர்ட் உள்நடக்கும் நிகழ்ச்சிகளில் வக்கீல்கள் மட்டும்தான் கலந்து கொள்ள முடியும். ஆனால் லிங்க் இருந்தால் ஆன் லைனில் யார் வேண்டுமானாலும் கோர்ட் நடவடிக்கைகளைப் பார்க்கலாம். இப்போது லிங்க் வந்திருக்கிறது” என்றார் கௌதம்.

கடவுளின் அருளை என்னவென்பது? முத்தையா சாமிக்கு மனதார நன்றி தெரிவித்தேன்.

நமது சீனியர் வக்கீல்கள் நாகமுத்துவும், விஜயனும். “பெரிய விசயம்தான்” என்றார்கள்.

“நான் ஹோட்டலுக்குப் போகிறேன். என் அறையிலிருந்தே கோர்ட் நடவடிக்கைகளைக் கேட்கிறேன்” என்று சொல்லிவிட்டுக் கிளம்பினேன். அன்றுதான் ஆன்லைனில் வாடகைக்கார்கள் அமர்த்தும் செயலியை பதிவிறக்கம் செய்திருந்தேன். அதைப் பயன்படுத்தி வாகனத்தை வரவழைத்தேன். 5 நிமிடப் பயணம். காசிமாயனுக்கு லிங்க் அனுப்பினேன். வாய்ப்பிருந்தால் அவரை ஹோட்டலுக்கு வரச் சொன்னேன்.

★

22–ஆம் தேதி காலை 11 மணி. ராயல் பிளாசாவில் எனது அறையில் அமர்ந்தபடி நீதிமன்றத்தில் நடக்கும் வாதங்களையும், நீதியரசர்களின் முகங்களையும் கவனித்துக் கொண்டிருந்தேன்.

இன்றே வழக்கு முடிந்துவிடும் என்று நம்பினோம். எதிர்த்தரப்பு பெரும் வழக்கறிஞர் பட்டாளத்தைக் கொண்டு வந்திருந்தது. நிறைய நேரம் எடுத்துக் கொண்டார்கள். மிகவும் பிரபலமான மேடைப் பேச்சாளரான பிரிட்டீஷ் பிரதமர் வின்ஸ்டன் சர்ச்சில் சொல்வாராம். “5 நிமிடம் பேச வேண்டுமென்றால் எனக்கு 2 மணி நேரம் வேண்டும் பேச்சை தயார் செய்வதற்கு. 2 மணி நேரம் பேச வேண்டுமென்றால் ஐந்து நிமிடத்தில் பேசத் தயாராகி விடுவேன்” என்று. அதுபோல் அரசுத் தரப்பு, எதிர்த் தரப்பு மூத்த வழக்கறிஞர்கள் பெற்றுக்கொண்டதற்கு வஞ்சனை செய்யவில்லை. மணிக்கணக்கில் பேசினார்கள்.

“எதிர்த்தரப்பு வழக்கறிஞர் வில்சன் வாதிட்டார். நீதிபதி (ஓய்வு) ஜனார்த்தனம் கமிட்டியில் இருந்த 6 உறுப்பினர்கள் (முனைவர் ராஜேந்திரன் IAS, பேரா சுந்தரம், முனைவர் எஸ்.பி.தியாகராஜன், முனைவர் முத்துக்குமார், முனைவர் தாண்டவன், முன்னாள் சட்டமன்ற உறுப்பினர் முருகானந்தம்) தேவையில்லாமல் எதிர்க்கருத்து பதிவு செய்தனர்.”

அப்போது குறுக்கிட்ட உச்ச நீதிமன்ற நீதியரசர் நாகேஸ்வர ராவ், “அவர்கள் பதிவு செய்தது எத்தனையாவது பக்கத்தில் இருக்கிறது” என்று கேட்டார். மூத்த வழக்கறிஞர் பக்.... என்று சொன்னார். அதைப் படித்த நீதியரசர் நாகேஸ்வர ராவ், “6 பேர் சொல்வது சரியா? ஒருவர் சொல்வது சரியா? தாங்கள் ஏன் ஜனார்த்தனத்தோடு ஒத்துப் போகவில்லையென்று 6 பேரும் இந்த அறிக்கையில் காரணங்கள் சொல்லியிருக்கிறார்களே? சாதிவாரிக் கணக்கெடுப்பு நடத்தவில்லை. 12 ஜாதிகள் உள் ஒதுக்கீடு கோரி கடிதம் கொடுத்துள்ளார்கள். அதில் வன்னியர் களும் ஒருவர். மற்ற பதினொரு பேரின் கோரிக்கை பற்றி எதுவும் சொல்லாமல் வன்னியர்களுக்கு மட்டும் ஜனார்த்தனம் 10.5 சதவிகித உள்ஒதுக்கீடு வழங்க பரிந்துரைக்க என்ன காரணம்? என்று ஆறுபேரும் எழுத்து மூலமாக அறிக்கை கொடுத்திருக்கிறார்களே? அதோடு, இன்று காலையில்தான் நீதிபதி (ஓய்வு) ஜனார்த்தனம் இந்த ரிப்போர்ட்டைக் கொடுத்து எங்களைக் கையெழுத்துப் போடச் சொன்னார். நாங்கள் படித்துப் பார்க்க நேரம் தரவில்லை. உடனே கையெழுத்துப் போட வேண்டும் என்று வற்புறுத்தினார். அதனால் எதிர்த்து கையெழுத்திட்டோம் என்று எழுதியிருக்கிறார்களே?”

நீதியரசர் பேசி முடித்தவுடன் மூத்த வழக்கறிஞர் வில்சன் பதில் சொன்னார், “ஜனார்த்தனம் மெட்ராஸ் உயர் நீதிமன்ற நீதியரசர். விபரம் தெரிந்தவர், அவரை மற்ற 6 பேரோடும் ஒப்பிடக் கூடாது” என்றார்.

நீதியரசர் சத்தம் போட்டுச் சிரித்தார். “என்ன சொல்கிறீர்கள் மிஸ்டர் வில்சன்? ஒரு கமிஷனில் உறுப்பினர்கள் இருக்கிறார்கள் என்றால் அவர்களும் தகுதியானவர்கள்தான். ஒரு நீதிமன்ற அமர்வில் 7 நீதியரசர்கள் இருந்தால், தலைமை நீதியரசர் ஒருவர் சொல்வது மட்டுமே ஜட்ஜ்மெண்டா? அல்லது 6 பேர் சொல்வதா?” என்றார். எதிர்த்தரப்பு வழக்கறிஞர் பதில்

சொல்லவில்லை. "வில்சன், இதை விடுங்கள். வேறு ஏதாவது பேசுங்கள்" என்ற நீதியரசர், "ஜனார்த்தனம் ரிப்போர்ட் நீதி மன்றத்தில் பேசத் தகுந்ததல்ல" என்றார்.

எதிர்த்தரப்பு வக்கீல் இதற்கும் அமைதி காத்தார். நீதியரசர் தொடர்ந்தார்.

"தமிழ்நாடு அரசு இயற்றிய வன்னியர் இட உள்ஒதுக்கீடு சட்டத்தின் முன்னுரையில் பிற்பட்டோர் நலத்துறை ஆணையமான ஜனார்த்தனம் கமிஷனின் பரிந்துரைப்படி வன்னியர்களுக்கு 10.5 சதவிகிதம் உள் ஒதுக்கீடு தரப்பட்டது என்றுள்ளதே? இந்தப் பாயின்ட்டை விளக்குங்கள்" என்ற நீதியரசர், "ஆணையத்தின் தலைவர் ஜனார்த்தனம் கடிதம் எழுதியிருக்கிறார். அதை கமிஷனின் பரிந்துரை என்று கருத இயலுமா? ஆறு உறுப்பினர்கள் ஆணையத்தின் தலைவரை எதிர்த்துக் கருத்துத் தெரிவித்ததை எப்படி ஆணையத்தின் பரிந்துரை என்று சொல்ல முடியும்? இதையும் விளக்குங்கள்" என்றார் நீதியரசர் நாகேஸ்வர ராவ்.

எதிர்த்தரப்பு தட்டுத் தடுமாறி விளக்க முயன்றது. தொடர்பில்லாமல் செக்ஷன்களைப் படிக்க ஆரம்பித்தது. "வேண்டாம், ஜனார்த்தனம் கமிஷன் ரிப்போர்ட் உங்களுக்கு மிகவும் எதிரானது. இந்த ரிப்போர்ட்டை விட்டு அம்பாசங்கர் அல்லது சட்டநாதன் கமிஷன் பற்றி பேசுங்கள்" என்றார் சிரித்தபடி. அடுத்து எதிர்த்தரப்பு சார்பாக ஆஜரான மூத்த வழக்கறிஞர் ராதாகிருஷ்ணன் பேச ஆரம்பித்தார்.

"மிஸ்டர் ராதாகிருஷ்ணன், உங்களை 'வார்ன்' பண்ணுகிறேன். உங்கள் தரப்பு ஏற்கனவே சொன்னதை நீங்களும் சொல்லாதீர்கள். இதே லெவலில் போனால் இந்த வழக்கு விசாரணை முடிய ஒரு மாதம் ஆகும். நிறைய வக்கீல்களைத் தமிழக அரசும், மேல் முறையீட்டாளர்களும் அமர்த்தியிருக்கிறார்கள். நீங்கள் சொல்லும் ஒரே விசயத்தை நாங்கள் எத்தனை முறை கேட்பது?" (அவர்கள் வைத்துக் கொண்டா வஞ்சனை பண்ணுகிறார்கள்?)

"நாங்கள் சில விசயங்களைப் பத்தாவது முறையாகக் கேட்கிறோம். இதுவரை பேசிய அரசுத் தரப்பு வழக்கறிஞர்கள் ஜனார்த்தனம் கமிஷனின் மெஜாரட்டி மெம்பர்கள் 69 சதவிகித இடஒதுக்கீட்டை எதிர்த்து அறிக்கை தரவில்லை என்கிறீர்கள். 10.5 சதவிகித உள்ஒதுக்கீட்டிற்குச் சரியான கணக்கெடுப்பு

நடத்தவில்லை என்று குறை கூறியவர்கள், ஏன் 69 சதவிகித இடஒதுக்கீட்டை எதிர்த்துக் கருத்துத் தெரிவிக்கவில்லை என்று கேட்டீர்கள். 69 சதவிகித இடஒதுக்கீட்டைப் பற்றி இந்த நீதிமன்றம் இப்போது விசாரிக்கவில்லை. வன்னியர்கள் இட உள்ஒதுக்கீடு பற்றி மட்டும் விசாரிக்கிறது. ஆகவே 10.5 சதவிகித இட ஒதுக்கீடு பற்றி மட்டுமே பேசுங்கள். 69 சதவிகிதத்தைப் பற்றிப் பேச வேண்டாம். மிஸ்டர் ராதாகிருஷ்ணன், இதையும் மீறி நீங்கள் நீதிமன்றத்தின் நேரத்தை எடுத்தால், உங்களை முடிக்கச் சொல்ல வேண்டி வரும்" என்று சொல்லிச் சிரித்தார்.

எதிர்த்தரப்பு மூத்த வழக்கறிஞர் ராதாகிருஷ்ணன் ஒரு முக்கியமான கருத்தை எடுத்து வைத்தார். ஜஸ்டிஸ் இதயதுல்லா 1990களில் வழங்கிய ஒரு தீர்ப்பை வாசித்தார். அதில், "கமிஷனின் அறிக்கை, அல்லது தன்னிச்சையாக, அல்லது ஒரு நபரின் அறிக்கையை ஏற்று அரசாங்கம் ஒரு சட்டம் இயற்ற அதிகாரம் உள்ளது. அதன்படி ஜனார்த்தனம் ஒரு தனி நபராக கொடுத்த அறிக்கையைத் தமிழக அரசு ஏற்றது தப்பில்லை" என்றார். "ஜனார்த்தனம் சாதாரண நபர் இல்லை. மெட்ராஸ் ஹைகோர்ட்டின் முன்னாள் நீதிபதி. ஆகவே அவர் தனி ஒரு நபராகக் கொடுத்த அறிக்கையைத் தமிழ்நாடு அரசாங்கம் ஏற்று வன்னியர்களுக்கு உள்ஒதுக்கீடு வழங்கியது. உச்ச நீதிமன்ற நீதிபதி இதயதுல்லா முன்பு வழங்கிய ஆணைப்படி ஜனார்த்தனம் தனிப்பட்ட முறையில் வழங்கிய பரிந்துரையைத் தமிழக அரசு ஏற்றது சரிதான்" என்று வாதிட்டார். (இது என்ன பூகம்பம்? நமது அடிப்படையையே ஆட்டிவிடுமே? என்று பயம் வந்தது. மதிய இடைவேளையில் இதுகுறித்து விஜயனை விசாரித்தேன். அவர், "ராதாகிருஷ்ணன் சொன்ன வழக்கு வன்னியர் இடஒதுக்கீட்டுக்கு முந்தைய நிலை. 1990 களில் கொடுத்த ஜட்ஜ்மெண்ட். இப்போது பொருந்தாது. இந்திரா சஹானி வழக்கு 1993-இல் தீர்ப்பாகியது. அதன்படி எந்தப் பரிந்துரையும் தனிநபர் வழங்கக் கூடாது. கமிஷன்தான் வழங்க வேண்டும் என்றுள்ளது" என்றார். (அப்பாடா தப்பித்தோம்.)

"இது ஜட்ஜுக்கு இப்போது நினைவுக்கு வருமா?"

"கட்டாயம் வரும்."

"எனக்குத் தெரியாமல் போய்விட்டது."

"நீங்கள் வக்கீலாகப் பிராக்டீஸ் பண்ணவில்லையே?"

"பயந்தே போய்விட்டேன்."

"இல்லையில்லை. அது ஒரு பாயிண்டேயில்லை. அதைச் சொன்ன சீனியர் வக்கீல் ராதாகிருஷ்ணனுக்கும் அது தெரியும்."

மதிய உணவு இடைவேளைக்குப் பின் ராதாகிருஷ்ணன் வாதத்தைத் தொடர்ந்தார்.

"ஒரு ஜாதி என்பதை ஒரு வகுப்பாக கொள்ளலாம். அதை ஏற்றுத்தான் 10.5% சதவிகித உள்ஒதுக்கீடு வழங்கப்பட்டது. Caste is a Class. Class என்பது தொழில் சார்ந்தது மட்டுமல்ல. தொழிலாளர்கள், விவசாயிகள் என்பது Class. அதுபோல ஒரு ஜாதியையும் Class என்று கொள்ள வேண்டும்" என்றார் வழக்கறிஞர் ராதாகிருஷ்ணன். (இதுவும் புதுசாயிருக்கு)

கே.எம்.விஜயனுக்கும், நாகமுத்துவுக்கும் குறுஞ்செய்தி அனுப்பினேன்.

"சார், வன்னியர் இடஒதுக்கீட்டு ஆணை சட்டமன்றத்தில் நிறைவேற்றப்பட்டது பிப்ரவரி மாதம் 26-ஆம் தேதி. 12 ஆண்டுகளுக்கு முன் அதாவது ஜூன் மாதம் 2012-இல் நீதிபதி ஜனார்த்தனம் அனுப்பிய 10.5 சதவிகித பரிந்துரைக் கடிதத்தை அனுப்பி, 2012-ஆம் ஆண்டு பிப்ரவரி மாதம் 18-இல் நீதிபதி தணிகாசலத்திடம் கருத்துக் கேட்கப்படுகிறது. நீதிபதி தணிகாசலம் பிற்பட்டோர் ஆணைய உறுப்பினர்களைக் கலந்து ஆலோசிக்காமல் கடிதம் கிடைத்த நான்கே நாளில், "நீதிபதி ஜனார்த்தனம் கொடுத்த பரிந்துரையை ஏற்கலாம்" என்கிறார். "வன்னியர்களுக்கு 10.5 சதவிகித உள்ஒதுக்கீடு தரலாம்" என்று அரசுக்குப் பரிந்துரைக்கிறார். அடுத்த நான்கே நாளில் அரசு சட்டம் இயற்றுகிறது. ஆணையத் தலைவர்களான நீதிபதிகள் ஜனார்த்தனம், தணிகாசலம் இருவருமே உறுப்பினர்கள் கருத்துக்கு எதிர்க்கருத்து கொண்டவர்கள். கடிதமாக எழுதி யவர்கள். கடிதம் என்பது கமிஷனின் அறிக்கையாக ஏற்க முடியாது. இரண்டு பேரும் ஒரே ஜாதியைச் சேர்ந்தவர்கள்.

வழக்கறிஞர் ராதாகிருஷ்ணன், நீதிபதி தணிகாசலம் தந்த கடிதத்தை வாசிக்கிறார். அதில் நீதிபதி தணிகாசலம் எழுதி யிருக்கிறார், "ஜனார்த்தனம் தந்த மைனாரிட்டி ரிப்போர்ட்மீது 12 ஆண்டுகளுக்கு மேலாக தமிழ்நாடு அரசு நடவடிக்கை எடுக்கவில்லை என்பது உண்மைதான். ஆனால் நான் கடந்த

ஆண்டு பிற்பட்டோர் ஆணையத் தலைவராகப் பதவி ஏற்ற பிறகு உள்ஒதுக்கீடு குறித்து விண்ணப்பங்கள் வந்திருக்கின்றன. பெரிய ஜாதியான வன்னியர்களின் கோரிக்கையை ஏற்பதில் எந்த தவறும் இல்லை."

இப்படி வாசித்துவிட்டு ராதாகிருஷ்ணன் அடுத்து ஓர் அரசாணையை வாசித்தார். "10.5 சதவிகித வன்னியர் இட உள்ஒதுக்கீடில் ஆள் கிடைக்கவில்லை என்றால் மற்ற மிகவும் பிற்பட்டோரை வைத்து அந்தக் காலி இடத்தைப் பூர்த்திச் செய்யலாம்" என்ற அரசாணை உள்ளது. அதன்படி வன்னியர் உள் இடஒதுக்கீடு என்பது வன்னியர்களுக்கானது மட்டுமல்ல. இதர மிகவும் பிற்பட்டோருக்குமானது" என்றார். (புதுசு புதுசா சொல்கிறாரே!)

யார் யார் ஆன்லைனில் இருந்து வழக்கை, 'பாலோ' பண்ணு கிறார்கள் என்று பார்த்தேன். முப்பது பேர் இருந்தார்கள். தமிழ்நாட்டிலிருந்து ஜஸ்டிஸ் தணிகாசலம், முன்னாள் பிற்பட்டோர் நலத்துறைச் செயலாளரான ராமநாதன் IAS, ஜி.சந்தானம் IAS, என்.ஆர்.இளங்கோ, எம்.பி ஆகியோரின் பெயர்கள் இருந்தன. பலரின் பெயர்கள் இல்லாமல் தொலை பேசி எண்களின் பெயரிலும் இருந்தன.

இதுவரை மூத்த வழக்கறிஞர்கள் டாக்டர் மனு சிங்வி, திவேதி, வைத்தியநாதன் பேசியுள்ளனர். முகில் ரோஸ்தகி அடுத்து வருவார் என்று சொல்கிறார்கள். (எப்படியும் கோடி களில் கட்டணம் கொடுக்கப்பட்டிருக்கலாம்.)

காலை 10.30-க்கு உச்ச நீதிமன்றத்தில் துவங்கிய விசாரணை பனிரெண்டாகப் போகிறது, இன்னும் எதிர்த்தரப்பு முடிப்பது போலத் தெரியவில்லை. அடுத்தடுத்து அதிகப்பணம் வாங்கும் மூத்த வழக்கறிஞர்கள் ஆஜராகிறார்கள்.

மதியம் 12.30-க்குத்தான் பதில் சொல்ல வாய்ப்புக் கிடைத்தது. பிரமலைக் கள்ளர்கள் சார்பாக மூத்த வழக்கறிஞர் கோபால் சங்கர நாராயணன் வாதாட ஆரம்பித்தார். உச்ச நீதிமன்றத்தில் பத்து நாட்களுக்கு முன் நடந்த வழக்கில் பேசியவர் என்ற முறையில் முதலில் பேசும் வாய்ப்பு கோபால் சங்கர நாராயணனுக்கு கிடைத்தது. ஆரம்பித்த 30 நிமிடத்தில் மதிய உணவு இடைவெளி வந்துவிட்டது. அதனால் அவர் வாதத்தைப் பாதியிலேயே முடிக்க வேண்டியதாயிற்று. (டெல்லியில் இடஒதுக்கீடு குறித்து மூத்த வழக்கறிஞர்களை

நியமணம் செய்வதில் பெரும் முரண் ஒன்றுள்ளது. பிற்பட்டோருக்கான இட ஒதுக்கீட்டிற்கு ஆதரவாகவும் எதிர்ப்பாகவும் வாதாடுபவர்கள் பெரும்பாலும் பிராமண வழக்கறிஞர்களே.)

மதியம் இரண்டு மணிக்கு கோபால் சங்கர நாராயணன் மீண்டும் ஆரம்பித்தார். அடுத்து மூத்த வழக்கறிஞர் டாக்டர் ராஜீவ் தவான் ஆரம்பிக்க வேண்டும். இன்று மாலை 2.45 வரைதான் கோர்ட் இயங்கும் என்று அறிவிக்கப்பட்டிருக்கிறது. அதனால் மூத்த வழக்கறிஞர்கள் நாகமுத்து, கே.எம்.விஜயன், கர்னல் பாலசுப்பிரமணியன் ஆகியோருக்குப் பேச வாய்ப்பிருக்காது. வழக்கு மறுநாளும் தொடரும் என்று அறிவிக்கப்பட்டது.

அடுத்த நாள். பிப்ரவதி மாதம் 23–ஆம் தேதி. உச்ச நீதிமன்றத்தில் வழக்கறிஞர் விஜயனை விட்டுவிட்டு வெளியில் வந்தேன். இணைய வழி இணைப்பு இன்று இருக்காது என்று சொன்னார்கள். நான் விடவில்லை இணைப்பை முயற்சித்தேன். என்ன ஆச்சரியம்? இணைப்பு கிடைத்தது. அசோகா சாலையில் நான் தங்கியிருந்த ராயல் பிளாசாவிற்கு விரைந்தேன். காசிமாயனுக்கு இணைப்பு அனுப்பித் தகவல் சொன்னேன்.

“உள் ஒதுக்கீட்டிற்கு எதிரான மராட்டா ஜட்ஜ்மென்ட் நிலுவையிலிருக்கும்போதே அதைப் பற்றி எதுவுமே தெரியாதது போல, தமிழ்நாடு அரசு உள் ஒதுக்கீட்டுச் சட்டத்தை இயற்றியிருக்கிறது” என்று கோபால் சங்கர நாராயணன் வாதத்தை ஆரம்பித்தார்.

“மராட்டா வழக்குக்கும் இந்த வழக்குக்கும் சம்பந்தம் உள்ளது. ஆனால், அந்த வழக்கில் மும்பை உயர் நீதிமன்றம் கொடுத்த தீர்ப்புக்கும், சென்னை உயர் நீதிமன்ற மதுரைக் கிளை கொடுத்த வழக்கின் தீர்ப்புக்கும் வித்தியாசம் உண்டு” என்றார். மராட்டா தீர்ப்பில் ஏற்பட்ட பாதிப்பைச் சரி செய்ய புதிதாக உருவாக்கப்பட்ட 105–வது அரசியலமைப்புச் சட்டத் திருத்தத்தின்படி மாநில அரசு ஜாதிகளுக்கு உள்ஒதுக்கீடு வழங்க முடியும். ஆனால் அதுவும் போதுமான புள்ளி விபரங்கள் இருந்தால் மட்டுமே வழங்க இயலும். தமிழ்நாடு அரசு உள்ஒதுக்கீடு வழங்கிய பிப்ரவரி 26, 2021 அன்று 105–வது அரசியலமைப்புச் சட்டம் அமுலுக்கு வரவில்லை” என்றார். “இதை நேற்றே சொல்லிவிட்டீர்கள்” என்று நீதிபதி சுட்டிக் காட்டினார். இன்று நீதியரசர் நிறையக் கேள்விகள் கேட்டார். யாரையும் தேவைக்கு அதிகமாகப் பேச விடுவதில்லை.

1984–இல், வெளிவந்த அம்பாசங்கர் அறிக்கையில், “மிகப் பிற்பட்டோரை கண்டுபிடிக்கும் (Identify) வேலையைச் செய்வ தற்கும், வழங்குவதற்கும் (Allowing) உள்ள வித்தியாசத்தைத் தமிழக அரசு உணர்ந்துள்ளதா? உணரவில்லையா? அம்பாசங்கர் அறிக் கையின்படி அதை விளக்குங்கள்” என்றார்.

“அம்பாசங்கர் அறிக்கை என்பது Identification கூட செய்யப் படாதது” என்றார் வழக்கறிஞர்.

“ஜனாதிபதி அங்கீகாரம் கொடுத்தால் *10.5* சதவிகிதம் செல்லத்தக்கது தானே?” என்றார் நீதியரசர்.

வழக்கறிஞர் பதில் சொன்னார்.

“இதுவரை யார் யார் மிகவும் பிற்பட்டோர்? யார் யார் அரசின் சலுகைகள் பெறத் தகுதியானவர் என்று அறியப் படாமலே (Identification) இருக்கும்போது எவ்வாறு தமிழ்நாடு அரசாங்கம் ஜனாதிபதிக்குப் பரிந்துரைக்க முடியும்? எவ்வாறு ஜனாதிபதி ஒப்புதல் வழங்குவார்? தமிழ்நாடு அரசு கொண்டு வந்த உள் ஒதுக்கீட்டுச் சட்டம் ஆரம்பம் முதலே பழுதானது. (Void ab initio) அதை ஜனாதிபதியால் சரி செய்ய முடியாது. இந்த உள் ஒதுக்கீட்டுக்கு ஜனாதிபதி பின்னேற்பும் தர முடி யாது. ஏனென்றால் இந்தச் சட்டம் ஏற்கனவே மதுரை உயர் நீதிமன்றக் கிளையால் ரத்தும் செய்யப்பட்டுவிட்டது. ஆர்டிகிள் 31(b) இந்திய அரசியலமைப்புச் சட்டம் தெளிவாகக் கூறுகிறது ஆரம்பம் முதலே பழுதானதை அரசியலமைப்புச் சட்டத் திருத்தம் மூலம் உயிரூட்ட முடியாது. உள் ஒதுக்கீடு வழங்குவதற்கு முன் தேசிய பிற்பட்டோர் கமிஷனுடன் கன்சல்ட் செய்யப்பட்டிருக்க வேண்டும். நீதிமன்ற நீதியரசர்கள் நியமன விஷயத்தில்கூட ‘consult’ என்ற வார்த்தை வருகிறது. கொலீஜியத்தை consult செய்த பிறகுதான் நீதிபதிகள் நியமனத் தில் முடிவெடுக்க முடியும். அதேபோல உள் ஒதுக்கீடு சட்டம் இயற்றுவதற்கு முன் மத்திய அரசின் தேசிய பிற்பட்டோர் ஆணையத்தைத் தமிழ்நாடு அரசு, ‘கன்சல்ட்’ செய்திருக்க வேண்டும். செய்யவில்லை அதனால் உள்ஒதுக்கீட்டுச் சட்டம் செல்லத்தக்கதல்ல. கன்சல்ட் என்பது வெற்று வார்த்தையில்லை. அதைச் செய்யாமல் தமிழ்நாடு அரசு கொண்டுவந்த உள் ஒதுக்கீடு சட்டம் செல்லத்தக்கதல்ல” என்றார்.

இப்போது நேரம் காலை *11.44*. கோபால் சங்கர நாராயணன் வாதம் முடிந்தது.

அடுத்து டாக்டர் ராஜீவ் தவான் ஆஜராகி வாதாடுகிறார்.

“எழுத்து மூலமாக அறிக்கை ஏதும் தந்திருக்கிறீர்களா, டாக்டர் தவான்?” என்ற நீதியரசரின் கேள்விக்கு வழக்கறிஞர், “ஆம்” என்றார். எதிர்தரப்பு வக்கீல் ராகேஸ் திவேதி பேசியவற்றுக்கு டாக்டர் ராஜீவ் தவான் பதில் கூறுவதுபோல ஆரம்பித்தார்.

“ஜனாதிபதிக்கு மட்டுமே, மிகவும் பிற்பட்டோருக்கு உள் ஒதுக்கீடு வழங்க 102–வது அரசியலமைப்புச் சட்டம் அனுமதிக்கிறது. ஆனால், தமிழ்நாடு உள்ஒதுக்கீடு அவசரச் சட்டத்திற்கு ஜனாதிபதியின் ஒப்புதல் பெறப்படவில்லை. அதிகாரமில்லாத ஒன்றில் மாநில அரசு தலையிட முடியாது.”

“எதிர்தரப்பு வக்கீல் டாக்டர் மனு சிங்வி, புதிதாக ஏற்படுத்தப்பட்ட 105–வது அரசியலமைப்புச் சட்டத்திருத்தத்தின்படி தமிழ்நாடு அரசு போட்ட உள் இடஒதுக்கீட்டு அவசரச் சட்டத்துக்கு பின்னேற்பு செய்ய முடியும் என்று நேற்று சொன்னார். நான் அதை கடுமையாக மறுக்கிறேன். அவரது ரிப்போர்ட்டை தயவுசெய்து பாருங்கள். அவரது எழுத்துமூலமான வாதத்தில் முதல் பாயிண்டிற்கும் மூன்றாவது பாயிண்டிற்கும் பொருந்தவில்லை. பெப்பர் அண்ட் ஹார்ட் என்ற பிரிட்டீஷ் சட்ட வல்லுநர் கருத்தைக் கவனத்தில் கொள்ள வேண்டும்” என்றவர், புத்தகத்தைப் பிரித்து வாசித்தார்.

“பார்லிமென்ட் செய்ய வேண்டிய வேலையை, அல்லது ஜனாதிபதி செய்ய வேண்டிய வேலையை அடுத்தவர் செய்துவிட்டு, பார்லிமெண்டை, ஜனாதிபதியைப் பின்னேற்பு செய்ய வைக்க முடியாது.”

வாசித்து முடித்துவிட்டுப் புத்தகத்தை நீதியரசர்களிடம் காண்பித்தார். அவர்கள் வழக்கறிஞர் சொன்ன பக்கத்தைப் புரட்டிப் பார்த்தனர்.

“தமிழகத்தில் 13 சதவிகிதம் மக்கள் வன்னியர்கள் என்ற ஒரு தவறான புள்ளிவிபரத்தை நேற்று சொன்னார்கள். அது உண்மை என்றே வைத்துக் கொண்டாலும், மக்கள் தொகையை மட்டும் வைத்து வேலைவாய்ப்பில் இட உள்ஒதுக்கீடு வழங்க முடியாது. இந்திரா சஹானி வழக்கில் 11 வகையான அளவுகோல்களின் அடிப்படையில் மட்டுமே இட உள்ஒதுக்கீடு வழங்க வேண்டும் என்று சொல்லப்பட்டுள்ளது. மக்கள் தொகை என்பது 11

இல் ஓர் அளவுகோல் அவ்வளவுதான். இந்த அவசரச் சட்டம் ஜஸ்டிஸ் (ஓய்வு) தணிகாசலம் தனிப்பட்ட முறையில், மெம்பர்களை ஆலோசிக்காமல் கொடுத்த கடிதம். இதற்கு என்ன மதிப்பிருக்க முடியும்? (ஜஸ்டிஸ் (ஓய்வு) தணிகாசலம் அப்போது ஆன்லைனில் இருந்தார். டாக்டர் தவான் பேசு வதைக் கேட்டுக் கொண்டிருக்கிறார்.) வன்னியர்களுக்கு வேலைவாய்ப்பில் போதிய அளவு பிரதிநிதித்துவம் இல்லை என்பதை தமிழ்நாடு அரசு இதுவரை எந்த இடத்திலும் சொல்லவில்லை. புள்ளி விபரங்கள் கோர்ட்டில் தரவில்லை." (வன்னியரை "வன்னியார்" என்ற வடநாட்டு வழக்கறிஞர்கள் கூறுகிறார்கள்.)

"இதுவரை அறிக்கை தந்த அம்பாசங்கர், ஜனார்த்தனம், தணிகாசலம் மூவரும் தந்தது தனிநபர் அறிக்கைகள்தான். ஜனார்த்தனம் அறிக்கை என்பது அவரே தயாரித்தது என்றும், அதைக் கொடுத்து மெம்பர்களின் கையெழுத்துக் கோரியதால், கூட்டத்தில் கலந்துகொண்ட ஆறு உறுப்பினர்களும் கையெழுத்திட மறுத்து விரிவாக அறிக்கை சமர்ப்பித்துள்ளனர்." அறிக்கை இருந்த பக்கத்தைச் சொல்லி, வாசித்தார் டாக்டர் தவான்.

"2012–ஆம் ஆண்டு மே மாதம் 26–ஆம் தேதி. இந்த ஒரே நாளில் நீதிபதி (ஓய்வு) ஜனார்த்தனம் தனியாகவும், ஆறு உறுப்பினர்கள் தனியாகவும் அறிக்கை கொடுத்துள்ளதைச் சென்னை உயர் நீதிமன்ற மதுரைக் கிளை கவனத்தில் கொண் டது. அதை அனுசரித்து உள்ஒதுக்கீட்டு சட்டத்தை ரத்து செய்து உத்தரவும் பிறப்பித்தது. உச்ச நீதிமன்றமும் அதைக் கருத்தில் கொள்ள வேண்டும்."

நீதிமன்றம் மதிய உணவுக்காக ஒத்திவைக்கப்பட்டது.

★

மதிய உணவுக்குப் பின் ஜஸ்டிஸ் நாகமுத்து தொடர்ந்தார். "தமிழ்நாடு அரசு எதன் அடிப்படையில், மிகவும் பிற்பட்டோரை மூன்று பிரிவாகப் பிரித்தது? குற்றப்பரம்பரையினர் என்பவர் தனி இனம். பிரிட்டீஸ் ஆட்சிக் காலத்தில் அடக்குமுறையைச் சந்தித்தவர்கள். அவர்களை எப்படி மற்ற 25 ஜாதிகளுடன் சேர்க்க முடியும்? இதைவிடக் கொடுமை ஒன்று இந்த அவசரச் சட்டத்தில் உள்ளது. அரவாணிகளை, மிகவும் பிற்பட்டோரில் புதிதாகச் சேர்த்திருக்கிறார்கள். அதுவும் 2.5 சதவிகித இட

உள்ஒதுக்கீட்டில். "இடஒதுக்கீடு என்பது பிறப்பின் அடிப் படையில் தரப்படுவது. பாலின அடிப்படையில் இல்லை" என 20 நிமிடங்கள் பேசினார்.

அடுத்து கே.எம். விஜயன் பேசுகிறார். "நான்தான் சென்னை உயர் நீதிமன்ற மதுரைக் கிளையில் இந்த வழக்கினை முன்நின்று நடத்தினேன். நான் சிலவற்றைக் கூற விரும்புகிறேன்" என பிற்பகல் மணி 02.35–க்கு ஆரம்பித்தார். "245, 246–வது இந்திய அரசியலமைப்புச் சட்டத்தின்படி இந்தியா முழுமைக்கும் சட்டம் இயற்றும் அதிகாரம் பார்லிமென்ட்டிற்கு உண்டு. சட்ட மன்றம், மாநிலங்களுக்குச் சட்டம் இயற்றும்" என்றவர், கடைசியாக,

"அம்பாசங்கர், ஜனார்த்தனம், தணிகாசலம் கமிஷன்களின் தலைவர்கள் அனைவரும் தனி நபர்கள். உறுப்பினர்கள் யாரும் இவர்களுடன் சேரவில்லை. தனி நபர்களாக அறிக்கை கொடுத்த மூவருமே வன்னியர்கள்" என்றார்.

அடுத்து கோமல்ஸ் பேசினார். இவர் ஐந்தாவதாகப் பேசுகிறார்.

"மிகவும் பிற்பட்டோரில், குறிப்பாகச் சில ஜாதிகளுக்கு எந்த முன்னுரிமையும் கிடைப்பதில்லை. 20 சதவிகிதம் இருக்கும் போதே இந்த நிலையிருந்தால் அது 9.5 சதவிகிதமாகும்போது இவர்களுக்கு என்ன கிடைக்கும்?"

கர்னல் பாலு அடுத்ததாக வாதம் நிகழ்த்தினார். அதுவே நிறைவாக இருந்தது. கர்னல் பாலு மதுரை உயர் நீதிமன்றக் கிளையில் மிகச் சிறப்பாக வாதாடியவர்.

அரசும் எதிர்த்தரப்பும் ஏறக்குறைய இரண்டரை நாள்கள் எடுத்துக்கொண்டன. ஆனால், பதில் சொல்ல ஒன்றரை நாள்களே கிடைத்தன.

மீண்டும் எதிர்த்தரப்பிற்கு வாய்ப்பு தரப்பட்டது. பத்து நிமிடங்கள். டாக்டர் மனு சிங்வி பேசினார். அவருக்குப் பதில் தரும் விதமாக 5 நிமிடங்கள் மூத்த வழக்கறிஞர் கோபால் சங்கர நாராயணனுக்கு வழங்கப்பட்டது. கோபால் சங்கர நாராயணன் வாதத்தை நிறைவு செய்தார்.

"தமிழக அரசு இயற்றிய உள் இடஒதுக்கீட்டிற்கு எந்த அடிப் படையும் இல்லை. ஜாதி வாரிக் கணக்கெடுப்பு இல்லை.

102–வது அரசியலமைப்புச் சட்டம் அமுலில் இருந்த காலத்தில் தமிழ்நாடு அரசிற்கு உள் ஒதுக்கீடு வழங்க எந்த அதிகாரமுமில்லை. ஜனாதிபதியையும், தேசிய பிற்பட்டோர் ஆணையத்தையும் கன்சல்ட் செய்யாமல் மாநில அரசால் இட உள்ஒதுக்கீடு வழங்க முடியாது. நிறைவாக, இந்த இட உள் ஒதுக்கீட்டு சட்டத்திற்கு ஆதாரமாகச் சொல்லப்படும் அம்பா சங்கர் கமிஷனுக்கு, கமிஷனின் 14 உறுப்பினர்கள் எதிர்த்து அறிக்கை தந்துள்ளனர். அதேபோல ஜனார்த்தனம் கமிஷனின் தலைவரை எதிர்த்து கமிஷனின் ஆறு உறுப்பினர்களும் எதிர்த்து அறிக்கை தந்துள்ளனர்."

"தணிகாசலம் கமிஷனில், பத்து மெம்பர்கள் இருக்கிறார்கள். அவர்கள் யாருக்கும் தெரியாமல் தனிப்பட்ட முறையில் தணிகாசலம் கடிதம் எழுதியுள்ளார். மூன்று பிற்பட்டோர் ஆணைய கமிஷனின் தலைவர்களும் தனிப்பட்ட முறையில் தந்த கடிதங்களைப் பிற்பட்டோர் கமிஷனின் அறிக்கையாக ஏற்கக் கூடாது. அவர்கள் எழுதிய கடிதத்திற்கு எந்த மதிப்பும் தரக் கூடாது. மராட்டா தீர்ப்பை ஒட்டியே சென்னை உயர் நீதிமன்ற மதுரைக் கிளையில் நீதியரசர்கள் துரைசாமி, முரளி சங்கர் அமர்வு தீர்ப்பு வழங்கியுள்ளது. அதை உச்ச நீதிமன்றம் ஏற்க வேண்டும்" என்று நிறைவு செய்தார்.

2021–ஆம் ஆண்டு பிப்ரவரி மாதம் 23–ஆம் தேதி மாலை மணி 4.45. ஆன்லைனில் சென்று வழக்கின் நிலையைப் பார்த்தேன்.

"Judgement Reserved."

அரசு அன்றே செய்யும் தெய்வம் நின்று கொல்லும்

❖

2022–ஆம் ஆண்டு மார்ச் மாதம் 30–ஆம் நாள் மாலையில் டெல்லியிலிருந்து தகவல் வந்தது. மறுநாள் உச்ச நீதிமன்றத் தீர்ப்பு வெளியாகிறது. எதையுமே ஆராயாமல் ஓட்டு வங்கியை மட்டுமே குறி வைத்து இயற்றப்பட்ட உள் ஒதுக்கீட்டு அவசரச் சட்டம் வந்து ஒரு வருடமும் ஒரு மாதமும் கழிந்திருந்தது. ஆட்சி மாற்றம் ஏற்பட்ட பிறகும், அவசரச் சட்டத்திற்கு அரசின் முழு ஆதரவு இருந்தது. தமிழகத்தின் பெரிய அரசியல் கட்சிகளுக்குள் எத்தனை போட்டி, பொறாமை இருந்தாலும் மாற்றுக் கருத்து இல்லாத இனங்கள் சில உண்டு. அவை நீட் தேர்வு, இந்தி எதிர்ப்பு, ஜல்லிக்கட்டு. கூடுதலாக இந்த 2021–ஆம் வருடத்தையிட உள்ஒதுக்கீட்டுச் சட்டத்தையும் சேர்த்துக் கொள்ளலாம். ஆளும்கட்சியும் எதிர்க்கட்சியும் போட்டி போட்டுக்கொண்டு இந்த உள்ஒதுக்கீட்டுச் சட்டத்திற்கு ஆதரவு கொடுத்தன.

டெல்லி உச்ச நீதிமன்றத்தில் வழக்கு விசாரணை முடிந்து 36 நாள்கள் ஆகியிருந்தன. இந்த அவசரச் சட்டம், அவசரக் கோலத்தில் அள்ளித் தெளித்தது,மராட்டா வழக்கில் உச்ச நீதிமன்றம் அளித்த தீர்ப்பிற்கு எதிரானது என்றெல்லாம் பெரிய பெரிய விசயங்களைச் சொல்லிவக்கீல்கள் வாதாடினர். வழக்கின் மீதான தீர்ப்பு இரண்டு மூன்று நாளிலேயே வந்து விடும் என்று நினைத்தோர் பலர். நாள்கள் வாரங்களாயின, வாரங்கள் மாதமாகிவிட்டது. நாள்கள் செல்லச் செல்லத் தீர்ப்பு எப்படியிருக்குமோ என்ற பயமும் வந்தது. மறுநாள் தீர்ப்பு வரப்போகிறது என்று தெரிந்தவுடன் 30–ஆம் தேதி மாலையில், ஆலோசனைகள், ஆறுதல்கள் நடந்தன. அடுத்த நாள் உச்ச நீதிமன்றம் வழங்கப்போகும் தீர்ப்பை எப்படி எதிர்கொள்வது என்ற சிந்தனையே ஓடியது.

வக்கீல் கௌதமனைத் தொடர்பு கொண்டேன். “நியாயமானகேஸ் சார். பயப்பட வேண்டியதில்லை. ஆனால் தீர்ப்பு வர

இவ்வளவு நாளாகியதால்தான் கொஞ்சம் பதட்டப்படுகிறீர்கள் என்பதையும் புரிஞ்சுக்கிறேன். 6 பாய்ண்ட்ல மெட்ராஸ் ஹைகோர்ட் அவசரச் சட்டத்த ரத்து செஞ்சுடுச்சு. எனக்குத் தெரிஞ்சு அதவிடக் கூடுதல் பாய்ண்ட்டில இந்த அப்பீல் ரிஜெக்ட் ஆகும்" என்றார் நம்பிக்கையுடன்.

31–ஆம் தேதி அதிகாலை 1 மணிக்கு எப்போதும்போல விழித்துக்கொண்டேன். மற்ற நாளாகயிருந்தால் ஏதாவது படிப்பேன் அல்லது எழுதுவேன். ஆனால் இன்று ஏனோ என் கைகள் ராமாயணத்தைத் தேடி எடுத்தன. ராஜாஜி எழுதிய சக்ரவர்த்தித் திருமகன் புத்தகம். அற்புதமான விவரங்கள், உரை யாடல்களுடன் எழுதப்பட்டது. அதில் சுந்தர காண்டத்தை எடுத்துப் படித்தேன்.

ராமன் லட்சுமணன் உள்ளிட்ட மனிதர்களைத்துச்சமாக நினைக்கும் இலங்கேஸ்வரன்.செய்வது அநியாயம் என்றாலும் தன்னை யாரும் கேட்க முடியாது என்ற இருமாப்பில் இருக்கும் இலங்கா தேசத்து அரசன், குபேரன், எமன், தேவர்கள் தவிர்த்து யாருடனும் யுத்தம் செய்யாதவன். மாய வேடம், அதிகார பலம், ஆட்சி அதிகாரத்துடன் வலம் வந்தவன்.

சுந்தர காண்டத்தைப்பலமுறை படித்திருக்கிறேன். ஒவ்வொரு முறையும் புதிதாகப் படிப்பதுபோல இருக்கும். பெரும் அதிகாரத்திலிருப்பவர்களைச்சாதாரண ஆள்கள், சத்தியத்தின் பலம்கொண்டு வீழ்த்துவது படிப்பதற்கு சுவாரஸ்யம். ஒரு வானரம், இலங்கேஸ்வரனின் தலைநகரிலேயேபுகுந்து அச்ச மூட்டியதே? அசோகவனத்திலிருந்த அபலைப் பெண்ணிற்கு வானரம் நம்பிக்கை ஊட்டியதே?

சுந்தர காண்டத்தில் போருக்கான முன்னேற்பாடுகளைக் கவிச்சக்கரவர்த்தி விவரிப்பார். வெறும் வானர சேனையை யும், கரடிகளையும் அழைத்துச் சென்று இலங்கையை முற்றுகை யிடுகிறார்ராமச்சந்திரன். அவர் உடன் இருந்த லட்சுமணன், விபீசணன், விபீசணனின் நண்பர்கள் நான்கு பேர் தவிர்த்து மற்றவர்கள் யாரும் போர்களையே பார்த்திராதவர்கள். வானர வீரர்களும்கூட யுத்தம் செய்து கொள்வதுஎல்லாம் அவர்களுக் குள்ளேதான். வெளி எதிரிகளிடம் அவர்கள்போரிட்டதில்லை. வானரர்களுக்கு ஆயுதப் பிரயோகம் செய்யத்தெரியாது. பல்லும், நகமும் உடன் பிறந்த ஆயுதங்கள். தரையில் கிடக்கும் கல்லும், பிடுங்கிய மரங்களும் மட்டுமே கை ஆயுதங்கள்.

சக்தியற்றவர்களின் ஆயுதம் நியாயமும், தர்மமும் என்பதைச் சுந்தர காண்டத்தின் ஒவ்வொரு பக்கமும் சொல்லும். அதி காலை 4 மணி அளவில் சுந்தர காண்டத்தைப்படித்தபடியே தூங்கியும் விட்டேன்.

2022, மார்ச் மாதம் 31–ஆம் தேதி காலை பத்து மணிக்கு எக்மோருக்கு எதிரிலுள்ள ஆவணக்காப்பகத்திற்கு வந்தோம். வெண்ணிலா, ஆனந்த விகடனில் எழுதும் 'நீரதிகாரம்' தொட ருக்காகச் சில தரவுகளை ஆவணக்காப்பகத்தில் தேடுவதற்காக வந்திருக்கிறார்.

"சார் ஜட்ஜ்மென்ட் பத்துக்குத்தானே?"

"கோர்ட் பத்தரைக்கு ஆரம்பிக்கும். ஜட்ஜ்மென்ட் உடனே சொல்வார்களா எனத் தெரியவில்லை."

"ஆன்லைன் லிங்க் இருக்கிறதா?"

செல்போனில் தேடிப்பார்த்தேன். ஒரு மாதத்திற்கு முன்பு உச்ச நீதிமன்ற விசாரணையின்போது லிங்க் வைத்திருந்தேன். எப்படியோ டெலீட் பண்ணியிருக்கிறேன். இப்போது லிங்க் இல்லை.

"வக்கீல் கௌதமிடம் கேட்கலாமா?"

"அவரைத் தொடர்பு கொள்ள முடியுமா என்று யோசித்தேன். "மணி பத்தாகப் போகிறது. அவரே கார் ஓட்டுபவர். டெல்லி போக்குவரத்து நெரிசலில் போய்க் கொண்டிருப்பவரை தொந்தரவு செய்ய வேண்டாம் என நினைக்கிறேன்."

வெண்ணிலாவிற்குப் பதில் சொன்னபடியே என்னையு மறியாமல் லிங்க் கேட்டு கௌதமிற்கு மெசேஜ் அனுப்பினேன்.

லிங்க் வந்தது. லிங்க்கைத் திறந்தேன். நீதியரசர்கள் எல்.நாகேஸ்வர ராவ், பி.ஆர்காவாய் உட்காரும் சிவப்பு நிற ஆசனங்கள் தெரிந்தன. இன்னும் நீதியரசர்கள் வரவில்லை. கோர்ட்டிற்குள் பெரும் கூட்டம் கூடியிருந்தது. கூட்டத்தைப் பார்ப்பதும், நீதியரசர்களின் ஆசனங்களைப் பார்ப்பதுமாக பொழுது கழிந்தது. சரியாகப் பத்தரைக்கு நீதியரசர்கள் வந்து ஆசனத்தில் அமர்ந்தனர்.

நீதியரசர் எல்.நாகேஸ்வர ராவ் தீர்ப்பை வாசிக்க ஆரம் பித்தார். அவருடைய குரல் மிகவும் கணீரென இருக்கும். நேரடியாக சுப்ரீம் கோர்ட் ஜட்ஜானவர். வக்கீலாகயிருந்தபோது

மிகப் பெரிய வழக்குகளில் மட்டும்தான் ஆஜராவார். முன்னாள் முதல்வர் ஜெயலலிதா வழக்கில் ஆஜராகியவர். லிங்க் திடீரெனக் கட்டாகியது. மறுபடியும் முயற்சி செய்து லிங்க்கில் நுழைந்தேன்.

“105–வது அரசியல் சட்டத்திருத்தத்தின்படி இட உள்ஒதுக்கீடு செய்ய மாநில அரசிற்கு அதிகாரம் இருக்கிறது” என்று நீதியரசர் வாசிப்பதைக் கேட்டதும் பதைபதைப்பாகிவிட்டது.

“உள் இடஒதுக்கீடு சட்டத்திற்கு ஜனாதிபதியின் அனுமதி தேவையில்லை.”

நம்பிக்கை குறைய ஆரம்பித்தது. ஒவ்வொரு வரி வாசித்த போதும் அடுத்து அடுத்து அடிவாங்கியது.

“ஜாதி என்பதும் ஒரு குரூப்தான். தனித்த ஒரு ஜாதிக்கு உள் ஒதுக்கீடு வழங்கலாம்.”

நம்பிக்கையிழந்து விட்டேன். மெட்ராஸ் உயர் நீதிமன்றம் சொன்ன ஆறு பாயிண்ட்களில் மூன்று காலி. அதுவும் முக்கியத்துவம் வாய்ந்த, வழக்கின் நியாயத்தைக் கூறும் கருத்துகள் என்று நம்பியிருந்தவையை, நீதியரசர் வீழ்த்திக் கொண்டு வந்ததைப் பார்த்த பின் எதை நம்பி நம்பிக்கை யாக இருப்பது? பெரிய பீரங்கிகளும், ஆயுதங்களும் பயனற்றுப் போனபின் கத்தி, கபடா வைத்தா ஜெயிக்க முடியும்?

“உச்ச நீதிமன்றத்தில் நிலுவையிலுள்ள 69 சதவிகித ஒதுக்கீடு வழக்கு குறித்து இந்த நீதிமன்றம் கருத்து எதுவும் சொல்ல விரும்பவில்லை. இந்த வழக்கிற்கு அது சம்பந்தமில்லை என்று கருதுகிறோம்” என்று வாசித்தார் நீதியரசர்.

அனைத்து நம்பிக்கைகளும் போய்விட்டன.

“2011ஆம் ஆண்டுபிற்பட்டோர் ஆணையத்தின் தலைவராக யிருந்த ஜஸ்டிஸ் ஜனார்த்தனம் கொடுத்த அறிக்கையை அடிப் படையாகக் கொண்டு இந்த அவசரச் சட்டம் இயற்றப் பட்டிருக்கிறது. ஜனார்த்தனம் கமிஷனில் இருந்த ஆறு உறுப் பினர்கள், ஜனார்த்தனம் சொன்ன கருத்தை ஏற்கவில்லை. ஜாதிவாரிக் கணக்கெடுப்பு நடத்திய பின்புதான் உள் ஒதுக் கீடு தரவேண்டும் என்று அந்த ஆறு பேரும் அறிக்கை தந்திருக் கிறார்கள். அந்த ஆறு உறுப்பினர்கள் தெரிவித்த எதிர்க் கருத்து மீது தமிழ்நாடு அரசு பத்து வருடங்களாக எந்த

மேல்நடவடிக்கையும் எடுக்கவில்லை. பதினொராவது ஆண்டில் ஜஸ்டிஸ் தணிகாசலம் கமிஷன் நியமிக்கப்பட்டிருக்கிறது.

2021–இல் தணிகாசலம் கமிஷனின் பரிந்துரையை ஏற்று வன்னியர் உள் ஒதுக்கீடு சட்டம் இயற்றப்பட்டுள்ளது. ஜஸ்டிஸ் ஜனார்த்தனம் தந்தபழையப் புள்ளிவிவரத்தை (antiquated data) தணிகாசலம்பயன்படுத்தியிருக்கிறார்.ஜனார்த்தனம் ரிப்போர்ட்டை அதன் ஆறு உறுப்பினர்களும் எதிர்த்துக் கையெழுத்திட்ட பிறகு ஜனார்த்தனம் ரிப்போர்ட்டுக்கு ஜஸ்டிஸ் தணிகாசலம் எந்தமுக்கியத்துவமும் தந்திருக்கக் கூடாது.

எனக்கு லேசாகநம்பிக்கை வந்தது. ஆன்லைனில் தொடர்பு அறுந்தது.

திரு சட்டநாதன் முதல் ஆணையத் தலைவர். இவர் ஓய்வுபெற்ற ஐ.ஆர்.எஸ். அதிகாரி. இவர் வன்னியர் இல்லை. இவர் கொடுத்த அறிக்கை இந்தியாவிற்கே வழிகாட்டி. இன்று பிரபலமாகப் பயன்படுத்தப்படும், 'கிரீமி லேயர்' என்ற வார்த்தையை முதன்முறையாகப் பயன்படுத்தியவர். இவரது கருத்துப்படி, பிற்பட்ட, தாழ்த்தப்பட்ட ஜாதியில் இருக்கும் வசதியானவர்களுக்குத் (கிரீமி லேயர்) தொடர்ந்து சலுகை தரக்கூடாது. வாய்ப்புக் கிடைக்காதவர்களுக்குத் தரவேண்டும் என்பது.

இவருக்குப்பின் வந்த ஆணையத் தலைவர்கள் அனைவரும் தொடர்ந்து ஒரு குறிப்பிட்ட ஜாதியினரே நியமிக்கப்பட்டனர். உறுப்பினர்கள் மட்டும் மற்ற ஜாதியிலிருந்து இருந்தார்கள். உறுப்பினர்களில் ஒருவர் ஐஏஎஸ் அதிகாரி. மற்றவர்கள் பேராசிரியர்கள், முன்னாள் சட்டமன்ற, நாடாளுமன்ற உறுப்பினர்கள். தமிழ்நாடு பிற்பட்டோர் ஆணையத்தின் அறிக்கைகள் இதுவரை மூன்று வந்துள்ளன.

முதல் அறிக்கை ஓய்வு பெற்ற ஐஏஎஸ் அதிகாரி அம்பா சங்கருடையது. இவர் அறிக்கைக்கு கூட்டத்தில் கலந்துகொண்ட பதினான்கு பேர் எதிர்க்கருத்து தெரிவித்தனர். எதிர்க்கருத்து தெரிவித்தவர்களில் இரண்டு பேர் ஐஏஎஸ் அதிகாரிகள். திரு ஆண்டித்தேவர் உட்பட நான்கு பேர் அன்றைய கூட்டத்தில் கலந்துகொள்ளவில்லை. பதினான்கு பேர் கொடுத்த எதிர்ப்பை அன்றைய அரசு உதாசீனப்படுத்தி தனி நபராக ஆணையத் தலைவர் அம்பாசங்கர் கொடுத்த அறிக்கையை ஏற்றது.

2011ஆம் ஆண்டு சங்கீதா ஓட்டலில் ஜஸ்டீஸ் ஜனார்த்தனம் தனி ஒருவராக கொடுத்த அறிக்கைக்கு, நான் உட்பட ஆறு உறுப்பினர்கள் எதிர்த்து அறிக்கை கொடுத்தோம். நான் உறுப்பினராகயிருந்போது பிற்பட்டோர் நலத்துறைக்கும், மிகவும் பிற்பட்டோர் நலத்துறைக்கும் நான் ஒருவனே ஆணையர் என்பதால் கமிஷனின் ஒரே ஐஏஎஸ் அதிகாரி நான் மட்டுமே. ஆணையக் கூட்டம் நடந்த அன்று உறுப்பினர் திரு. ஏழுமலை கூட்டத்திற்கு வரவில்லை. அதனால் தலைவர் மட்டுமே தனி ஆளாகக் கையெழுத்திட்டார். கலந்துகொண்ட ஆறு உறுப்பினர்களும் தலைவர் கருத்திற்கு எதிர்ப்புத்தெரிவித்து கையெழுத்திட்டோம்.

2021–ஆம் ஆண்டு ஜஸ்டிஸ் தணிகாசலம் கமிஷன் கொடுத்த அறிக்கையின் அடிப்படையில்தான் அவசரச் சட்டம் பிறப்பிக்கப்பட்டது. தணிகாசலம் கமிஷனில் 6 உறுப்பினர்கள் இருந்தாலும் அவர்களைக் கலந்து ஆலோசிக்காது ஜஸ்டிஸ் தணிகாசலம் அரசிற்கு இட உள்ஒதுக்கீட்டிற்குப்பரிந்துரை செய்தார்.

1983–ஆம் ஆண்டு நியமிக்கப்பட்ட அம்பாசங்கர் கமிஷனில் உறுப்பினராகயிருந்த முன்னாள் அமைச்சர் வி.வி.சாமிநாதன் மூலம் வழக்கு நடத்தினோம்.அம்பாசங்கர் கமிஷனின் சுயரூபம் முதன்முறையாக உயர் நீதிமன்றத்தீர்ப்பால் வெளிப்பட்டது. இனிமேல் அம்பாசங்கர் கமிஷன் அறிக்கை என்று பெரிதாகப் பேச முடியாதபடி உயர் நீதிமன்ற, உச்ச நீதிமன்ற ஆணைகள் அமைந்துவிட்டன.

ஜஸ்டிஸ் ஜனார்த்தனம் கமிஷனில் இருந்த ஆறு பேரின் பெயர்கள் கால வெள்ளத்தால் மறக்கப்பட்டுவிடும். அதிகார பலம், ஆள்பலம், ஊடக பலம் இல்லாதவர்களுக்கு நடப்பது தான். லிங்க் திடீரெனக் கட்டானது. சிறிது நேரத்தில் நீதியரசர் வாசிக்கும் காட்சி தெரிந்தது. “இந்த அப்பீல் மனுவை நிராகரிக்கிறோம்.”

துப்பாக்கிக்கும், பீரங்கிக்கும் போக்குக் காட்டித் தப்பியவன் மண்ணாங்கட்டியில் அடிபட்டு வீழ்ந்தான் என்பதுபோல ஆகிவிட்டது. இருளிலிருந்தே வெளிச்சம் கிளம்பும் என்பது போல, 2011–ஆம் ஆண்டு சங்கீதா ஓட்டலில் நாங்கள் ஆறுபேர் சேர்ந்து எழுப்பிய நியாயக்குரல் டெல்லி உச்ச நீதிமன்றத்தால் இன்று அங்கீகரிக்கப்பட்டது.

ராமனும், லட்சுமணனும், வீபிசணனும், வானரர்களும் ராமாயணக் காலத்தில் மட்டும் இல்லை. காலங்காலமாக அசோக வனத்துச் சீதைகள் பலவான்களிடமிருந்து மீட்கப்படு கிறார்கள் நியாயஸ்தர்களால்.

★

உச்ச நீதிமன்ற வழக்கிற்காக டெல்லி சென்ற நூலாசிரியர் மு.ராஜேந்திரன், சி.விஜயகுமார்

BREAKING NEWS
வன்னியர் உள்இடஒதுக்கீடு ரத்து செல்லும்
வன்னியர்களுக்கான 10.5% உள்இடஒதுக்கீட்டை
உயர்நீதிமன்றம் ரத்து செய்தது செல்லும் என
உச்சநீதிமன்றம் தீர்ப்பு
உள்இடஒதுக்கீடு வழங்கும்போது அதற்கான
சரியான, நியாயமான காரணங்களை அரசு
தெளிவுப்படுத்த வேண்டும் - உச்சநீதிமன்றம்
31|03|2022 -11:00 AM
www.puthiyathalaimurai.com
LUNGIS | VEST | BRIEFS
ULAMA

16-12-2021
11:57 AM
BREAKING NEWS
வன்னியர்களுக்கு 10.5% உள்
இட ஒதுக்கீடு ரத்துக்கு எதிரான
வழக்கில் இடைக்கால உத்தரவு
பிறப்பிக்க உச்சநீதிமன்றம் மறுப்பு
JAYA PLUS

உச்ச நீதிமன்றத்தில் வழக்கு நடத்திய வழக்கறிஞர்கள்
ஜஸ்டிஸ் நாகமுத்து, எம்.பி.பார்த்திபன்

இணைப்பு - 1

2022-ஆம் ஆண்டு தேர்தல் கூட்டணிக்காகத் தரப்பட்ட வன்னியர்களுக்கான இட உள்ஒதுக்கீட்டு அரசாணை உயர் நீதிமன்றத்தாலும், உச்ச நீதிமன்றத்தாலும் ரத்து செய்யப்பட்டது. அதற்கு அடிப்படை என நீதிமன்றங்கள் குறிப்பிட்டது 2010 ஆம் ஆண்டு வெளியான கீழ்வரும் அறிக்கையைத்தான்.

24.05.2012 சென்னையில் நடந்த தமிழ்நாடு பிற்படுத்தப்பட்டோர் ஆணையத்தின் கூட்ட முடிவுகள் ;

ஆஜர்:

1. நீதிபதி (ஓய்வு) எம்.எஸ். ஜனார்த்தனம் – தலைவர்
2. டாக்டர் வி.எம். முத்துக்குமார் – உறுப்பினர்
3. டாக்டர் ஆர். தாண்டவன் – உறுப்பினர்
4. பேராசிரியர் டாக்டர் டி. சுந்தரம் – உறுப்பினர்
5. டாக்டர் எஸ்.பி. தியாகராஜன் – உறுப்பினர்
6. திரு கே.ஆர். முருகானந்தம் Ex MLA – உறுப்பினர்
7. டாக்டர் மு. ராஜேந்திரன் இஆப – உறுப்பினர் செயலர்

(அலுவல் வழியாக)

தமிழ்நாடு பிற்பட்டோர் ஆணையத்தின் தலைவர் (நீதிபதி எம்.எஸ். ஜனார்த்தனன்) தானே தயார் செய்த மிகவும் பிற்படுத்தப்பட்ட வகுப்பினருக்கான உள் இடஒதுக்கீடு குறித்த அறிக்கையைக் கூட்டத்திற்கு கொண்டு வந்தார். அந்த அறிக்கையைத் தமிழ்நாடு அரசாங்கத்திற்கு அனுப்புவதற்கு உறுப்பினர்களின் பரிசீலனையும் சம்மதத்தையும் கோரினார்.

தலைவர் தயார் செய்த அறிக்கை குறித்து விரிவாக விவாதிக்கப்பட்டது. தலைவர், தனது அறிக்கையில் குறிப்பிட்டுள்ள செக்சன்கள் பற்றி விளக்கினார். இறுதியாக அனைத்து உறுப்பினர்களும் ஒன்று சேர்ந்து ஒரே முடிவாக கீழ்கண்டவாறு தங்களது எதிர்ப்புகளைத் தெரிவித்தனர்.

1. தமிழ்நாடு அரசாணை MS No 35. தேதி 21.3.2012-ன் படி திரு சி.என். ராமமூர்த்தியின் கடிதத்தை இணைத்து இட உள்ஒதுக்கீட்டுக்குப் பரிந்துரை தர தமிழ்நாடு

பிற்படுத்தப்பட்டோர் ஆணையத்தைத் துறையின் செயலாளர் ஜி.சந்தானம் இஆப கேட்டுக் கொண்டுள்ளார். குற்றப்பரம்பரை மற்றும் மிகவும் பிற்பட்டோருக்கான 20% இடஒதுக்கீட்டில் வன்னியர்களுக்கு எத்தனை சதவிகிதம் என்று பிற்படுத்தப்பட்டோர் ஆணையம் பரிந்துரை செய்ய வேண்டும்.

2. சட்டப் பிரச்சனைகள் உள்ள இவ்வளவு முக்கியமான பணிக்கு, உறுப்பினர்களுக்குப் படிப்பதற்குக் கூட நேரம் கொடுக்காமல், கூட்டத்திற்கு வந்தயிடத்தில் அறிக்கையைத் தலைவர் கொடுத்துள்ளார்.

3. 69 சதவிகித இட உள்ஒதுக்கீடு குறித்து உச்ச நீதிமன்ற இறுதி தீர்ப்பு வர இருக்கின்ற நிலையில், ஆணையம் ஏற்கனவே அரசுக்கு அறிக்கை கொடுத்துள்ளது. மக்களுக்குள் எந்தப் பிரிவினையும் வந்து விடக்கூடாது என்பதில் தமிழ்நாடு அரசாங்கம் உறுதியாக உள்ளது. ஆணையம் 69 சதவிகித ஒதுக்கீடு குறித்து அனுப்பிய அறிக்கை மாண்புமிகு தமிழ்நாடு முதலமைச்சரிடம் (செல்வி ஜெ.ஜெயலலிதா) அந்த அறிக்கை கொடுக்கப்பட்டு மிகக் குறைந்த நாட்களுக்குள் அமைச்சரவையின் ஒப்புதல் பெறப்பட்டுள்ளது.

4. வன்னியர்களுக்கான உள் இட ஒதுக்கீடு குறித்து முடிவு செய்ய 69 சதவிகித இட ஒதுக்கீடு காப்பாற்றப்பட வேண்டும் என்பதுபோல அவசரம் எதுவும் இப்போது இல்லை. இந்தச் சூழ்நிலையில் தனியாக வன்னியர் சாதிக்கு இட உள் ஒதுக்கீட்டிற்குப் பரிந்துரை செய்தால் அரசாங்கத்திற்கும், பிற்பட்டோர் ஆணையத்திற்கும் தேவையில்லாத பிரச்சனைகள் ஏற்படும்.

   a) மிகவும் பிரச்சனைகளுக்குரிய வன்னியர் இட உள் ஒதுக்கீடு பரிந்துரையை அரசுக்கு அனுப்பினால் மிகவும் பிற்படுத்தப்பட்டோர் மற்றும் குற்றப்பரம்பரை இனத்தைச்சேர்ந்த பல்வேறு சாதிகள் ஆர்ப்பாட்டத்தில் ஈடுபடும்.

   b) தமிழ்நாட்டில் உள்ள சாதிவாரி மக்கள் தொகை கணக்கு தமிழ்நாடு பிற்படுத்தப்பட்டோர் ஆணையத்தில் தற்போது இல்லை. ஆணையமே, தமிழ்நாடு அரசாங்கத்திடம் சாதிவாரிக் கணக்கு எடுக்கச்

சொல்லி வேண்டுகோள் கடிதம் அனுப்பி, அது தமிழ்நாடு அரசின் பரிசீலனையில் உள்ளது.

c) பாராளுமன்றத் தேர்தல் எப்போது வேண்டுமானாலும் வரும் என்ற நிலை உள்ளது. இந்த நேரத்தில் தமிழ்நாடு அரசாங்கத்திற்கு வன்னியர் சாதிக்கான இட உள் ஒதுக்கீடு குறித்து கமிஷன் பரிந்துரை அறிக்கை அனுப்புவது சரியாக இருக்காது.

d) தலைவர் மற்றும் உறுப்பினர்களின் பதவிக்காலம் ஜூலை மாதம் 2012-ல் (இன்னும் ஒரு மாதத்தில்) முடிவடைகிறது. அப்படி இருக்கும்போது மிகப் பெரிய தாக்கத்தை உண்டாக்கப் போகும். இட உள் ஒதுக்கீட்டிற்குப் பரிந்துரை செய்ய வேண்டாம்.

5. இதுபோன்ற சூழ்நிலையில் உறுப்பினர்கள் அனைவரும் ஒன்று சேர்ந்து ஆணையத் தலைவரிடம் ஒரு வேண்டுகோள் வைக்கின்றனர். இட உள் ஒதுக்கீடு குறித்து கமிஷன் பரிந்துரைக்க வேண்டுமென்றால் அரசாங்கம் முதலில் சாதிவாரிக் கணக்கெடுப்பு நடத்தி அறிக்கை தரட்டும். அதற்குப் பின்பு கமிஷன், தனது பரிந்துரையை அனுப்பும் என அரசாங்கத்திற்கு இடைக்கால பதில் அனுப்பலாம்.

கையெழுத்திட்டவர்கள்

எஸ்.பி.தியாகராஜன்   வி.எம்.முத்துக்குமார்
டி.சுந்தரம்   ஆர்.தாண்டவன்
டாக்டர் மு.ராஜேந்திரன் இஆப   கே.ஆர்.முருகானந்தம்

(உண்மை நகல்)

> ஆணையத்தின் தலைவர் நீதிபதி (ஓய்வு) ஜனார்த்தனம். அனைத்து உறுப்பினர்களும் தான் சொல்வதைக் கேட்டு கையெழுத்திடுவார்கள் என்று நம்பி, தானே தயார் செய்து கொண்டு வந்த பரிந்துரை.

பத்தி 9

24.05.20120ல் கூடிய பிற்பட்டோர் ஆணைய கமிஷனின் பரிந்துரை:

பத்தி 9.1. விவாதத்திற்குப் பின்பு ஒரு மனதாக மிகவும் பிற்பட்டோர் பிரிவில் உள்ள 20 சதவிகித இட ஒதுக்கீட்டில்

வன்னியகுல சத்திரியர்களுக்கு 10.5 சதவிகிதம், கல்வியிலும் தனியார் கல்வி நிறுவனங்களிலும் வேலை வாய்ப்பிலும் தர தமிழ்நாடு பிற்படுத்தப்பட்டோர் ஆணையம் பரிந்துரைக்கிறது.

9.2. வன்னியர் குல சத்திரியர்களுக்கு 10.5 சதவிகிதம் இட உள் ஒதுக்கீடு வழங்க விரும்பினால் தமிழ்நாடு அரசின் சட்டம் 45/1994 யைப் பாதிக்காத வகையில் தனிச் சட்டமோ அல்லது அவசரச் சட்டமோ கொண்டு வரலாம்.

(கையொப்பம்)

நீதிபதி எம்.எஸ். ஜனார்த்தனம்
தலைவர்.

இந்த அறிக்கை, இந்தக் காலச்சூழலில் வர வேண்டியதில்லை. அறிக்கை முழுமை பெறாதது. சாதிவாரியான மக்கள் தொகை குறித்த சரியான புள்ளி விபரங்கள் நம் கைவசம் இல்லை. நாங்கள் அனைவரும் ஒட்டுமொத்தமாக நீதிபதி(ஓய்வு) ஜனார்த்தனம் தயாரித்துள்ள அறிக்கையை எதிர்த்தும் அதை நிராகரித்தும் கையொப்பமிடுகிறோம்.

கையொப்பம்

எஸ்.பி. தியாகராஜன் கே.ஆர். முருகானந்தம்
டி. சுந்தரம் டாக்டர் மு. ராஜேந்திரன்
டாக்டர் வி.எம். முத்துக்குமார் ஆர். தாண்டவன்

அனைத்து உறுப்பினர்களும் 10.5 சதவிகித இட உள்ஒதுக் கீட்டிற்கு எதிர்ப்பு தெரிவித்ததால் தமிழ்நாடு பிற்படுத்தப் பட்டோர் ஆணைய தலைவர் நீதிபதி (ஓய்வு), எம். எஸ். ஜனார்த்தனம், ஆணைய உறுப்பினர்கள் டி.சுந்தரம், எஸ்.பி. தியாகராஜன் ஆகியோர் மீதும் ஆணையத்தின் உறுப்பினர் செயலரும், பிற்படுத்தப்பட்டோர் மற்றும் மிகவும் பிற்படுத்தப்பட்டோர் துறைகளின் ஆணையரு மான டாக்டர் மு.ராஜேந்திரன், இஆப மீதும் அரசாங் கத்திற்கு கடுமையான வன்மத்துடன் எழுதிய புகார்க் கடிதம். ஆனால் 10 வருடம் கழித்து உறுப்பினர்களின் கருத்தை உயர் நீதிமன்றமும், உச்ச நீதிமன்றமும் ஏற்றுக் கொண்டன. 10.5 சதவிகித இட உள் ஒதுக்கீட்டு ஆணையை ரத்து செய்தன.

Part
III (A Critical Report of the Chairman)

பத்தி 17

தமிழ்நாடு அரசின் 69 சதவிகித இட ஒதுக்கீடு குறித்து போதுமான சாதிவாரி புள்ளி விபரங்களின் அடிப்படையில் ஆணையத் தலைவர் 06.07.2011 அன்று தயாரித்த அறிக்கையைக் கீழ்கண்ட உறுப்பினர்கள் ஏற்றுக்கொண்டு கையொப்பமிட்டனர்.

1. திரு வி. ஏழுமலை, Ex MLA
2. டாக்டர் வி.எம். முத்துக்குமார்
3. டாக்டர் ஆர். தாண்டவன்
4. பேராசிரியர் டி. சுந்தரம்
5. டாக்டர் எஸ்.பி. தியாகராஜன்
6. திரு கே.ஆர். முருகானந்தம், Ex MLA
7. திரு ஜெ. சந்திரகுமார், இஆப (உறுப்பினர் அலுவல் வழி)
8. திரு ஆ. முகமது அஸ்லம், இஆப (உறுப்பினர் செயலர் அலுவல் வழி)

- இந்த உறுப்பினர்கள் அனைவரும் தலைவரின் கருத்தை முழுவதுமாக, எவ்வித முணுமுணுப்பும், எதிர்க்கருத்தும், ஆட்சேபனையும் செய்யாமல் கையொப்பமிட்டதால் 08.07.2011, அன்று அரசுக்கு அறிக்கை அனுப்ப முடிந்தது.

- 06.07.2011-ல் நடந்த கூட்டத்திற்கும் 24.05.2012ல் நடந்த வன்னியர் இட உள் ஒதுக்கீட்டிற்கான கூட்டத்திற்கும் அதே உறுப்பினர்கள்தான். ஆனால் ஒரே ஒரு வித்தியாசம். உறுப்பினர் செயலர் ஒருவர் மட்டும்தான்.

பத்தி 20

24.05.2012-ல் நடந்த கூட்டத்தில் முன்னால் சட்டமன்ற உறுப்பினர் திரு வி.ஏழுமலை கலந்துகொள்ளவில்லை. டாக்டர் மு.ராஜேந்திரன், இஆப பிற்படுத்தப்பட்டோர், மிகவும் பிற்படுத்தப்பட்டோர் துறைகளின் ஆணையராகவும் உள்ளார். அவர் அலுவல்வழி உறுப்பினராகவும் அலுவல்வழி உறுப்பினர் செயலராகவும் உள்ளார்.

பத்தி 21

இரண்டு மணிநேரம் கமிஷனின் தலைவர் வன்னியர் இட உள் ஒதுக்கீட்டிற்கான தேவை குறித்து விளக்கினார். அலுவல் வழி உறுப்பினர் செயலர் உட்பட மற்ற உறுப்பினர்கள் அந்தக் கூட்டத்தில் இருந்தனர். அவர்கள் ஒன்று சேர்ந்துகொண்டு கமிஷன் தலைவரின் அறிக்கையை எதிர்ப்பதாகத் தெரிவித்தனர். அவர்களது ஒட்டுமொத்த எதிர்ப்பைப் பதிவு செய்வதாகத் தெரிவித்தனர். டாக்டர் எஸ்.பி. தியாகராஜன் தனது கைப்பட எழுதினார்:

“இந்த அறிக்கை இப்போது தேவையில்லாத ஒன்று. இது ஒரு அரைகுறையான அறிக்கை. இதில் உள்ள புள்ளிவிபரங்கள் பழைய காலத்தவை. நாங்கள் அனைவரும் ஒன்று சேர்ந்து இந்த அறிக்கையை எதிர்த்துக் கையொப்பமிடுகிறோம்.”

இதில் டாக்டர் மு.ராஜேந்திரன், இஆப உட்பட அனைத்து உறுப்பினர்களும் கையெழுத்திட்டனர். நான் எழுதிய அறிக்கைக்கு எதிராக டாக்டர் எஸ்.பி. தியாகராஜன் சொல்லச் சொல்ல அதை ஒருவர் எழுதினார்.

உறுப்பினர் செயலர் டாக்டர் மு.ராஜேந்திரன், இஆப உடன் சேர்ந்து அனைத்து உறுப்பினர்களும் கையெழுத்திட்டனர்.

உறுப்பினர் பேராசிரியர் டி.சுந்தரம் உள் இட ஒதுக்கீடுக்கு எதிராக தான் இந்தக் கூட்டம் நடக்கும் 24.05.2012 தேதியில் கையொப்பமிட்டு தனது கட்டுரையைக் கொடுத்தார். இந்தக் கட்டுரையை எனது அறிக்கையோடு சேர்க்க வேண்டும் என்றார்.

பத்தி 23

எந்தப் பிரச்சனையும் இல்லாத சட்டத்தின் பிரிவுகளையும் கூட உறுப்பினர்கள் எதிர்த்தார்கள். பேராசிரியர் சுந்தரத்தின் கட்டுரையை உறுப்பினர் செயலர் டாக்டர் மு. ராஜேந்திரன், இஆப உறுப்பினர்களுடன், சேர்ந்து கொண்டு ஆதரித்தார்.

பத்தி 24

உச்ச நீதிமன்றத்தில் 69 சதவிகித இட ஒதுக்கீடு வழக்கில் தமிழக அரசிடம் போதுமான அளவு சாதிவாரிக் கணக்கு இருக்கிறது என்று ஒரு வருடத்திற்கு முன்பு தெரிவித்தோம். 69 சதவிகித ஒதுக்கீடு குறித்து நாங்கள் கொடுத்த அறிக்கையை

அன்றைய தமிழ்நாடு அரசு (செல்வி ஜெ.ஜெயலலிதா அரசு) முழுவதுமாக ஏற்றுக்கொண்டு அரசாணை பிறப்பித்தது.

அப்போதும் இதே உறுப்பினர்கள்தான் இருந்தார்கள். அறிக்கை தயாரிப்பதற்கு ஒருநாள் முன்பாக 05.07.2011-ல் கமிஷன் உறுப்பினர்களாக இவர்கள் நியமிக்கப்பட்டனர். நீதிபதி ஜனார்த்தனம் ஆகிய நான் அன்று தயாரித்த 264 பக்கங்கள் கொண்ட அறிக்கையை 06.07.2011 அன்று இதே உறுப்பினர்கள் விவாதித்து, ஏற்றுக்கொண்டனர். ஆனால் அன்றைக்கும் இன்றைக்கும் ஒரே வித்தியாசம் அப்போது உறுப்பினர் செயலராக இருந்தது திரு ஏ. முகமது அஸ்லம் இ.ஆ.ப. உறுப்பினராக இருந்தது திரு ஜெ.சந்திரகுமார் இ.ஆ.ப. இப்போது ஒரே ஒரு மாற்றம். இந்த இரண்டு இந்திய ஆட்சிப்பணி அதிகாரிகள் இருந்த பதவியில் இருப்பவர்கள் டாக்டர் மு. ராஜேந்திரன் இ.ஆ.ப.

தலைவர் ஏறக்குறைய 3-லிருந்து 4 மணி நேரம் இட உள் ஒதுக்கீடு குறித்து உறுப்பினர்களிடம் விளக்கினார். அன்று 69 இட ஒதுக்கீட்டு அறிக்கைக்குச் சத்தமில்லாமல் கையெழுத்துப் போட்ட உறுப்பினர்கள் இன்று வன்னியர்களுக்கான 10.5 உள் இடஒதுக்கீட்டை எதிர்க்கின்றனர். கையெழுத்துப் போட மறுத்துவிட்டனர்.

பத்தி 26

கையெழுத்துப் போட மறுத்தவர்களில் ஒருவர் பிரபல சென்னைப் பல்கலைக்கழகத்தின் முன்னாள் துணைவேந்தர் (டாக்டர் எஸ்.பி. தியாகராஜன்) ஒருவர் அண்ணா சென்டர் பார் பப்ளிக் அபயர்ஸின் இயக்குநர் (ஆர்.தாண்டவன்), ஒருவர் பப்ளிக் அட்மின் துறையின் பேராசிரியர் மற்றும் துறைத்தலைவர் (டாக்டர் முத்துக்குமார்), ஒருவர் ஓய்வுபெற்ற சென்னைப் பல்கலைக்கழக சமூகவியல் துறையின் பேராசிரியர் மற்றும் தலைவர் (டாக்டர் சுந்தரம்). இந்த கமிஷனில் 17 வருடங்கள் உறுப்பினராக உள்ளவர்.

உறுப்பினர் செயலராக உள்ளவர் ஓர் இந்திய ஆட்சிப்பணி அதிகாரி (டாக்டர் மு.ராஜேந்திரன்) மற்ற உறுப்பினர்களைப் போல விஷயம் தெரிந்தவர். இவர் ஓர் அரசாங்க அதிகாரியும் கூட. இவர் அரசாங்கத்தின் கருத்துகளைச் சொல்லலாமே தவிர அவருக்கு உடன்பாடு இல்லை என்றாலும் அரசாங்கத்திற்கு எதிராக எதுவும் பேசக்கூடாது.

பத்தி 29

முஸ்லீம்களுக்கும் கிறிஸ்துவர்களுக்கும் உள் இடஒதுக்கீடு வழங்க இந்த ஆணையம் பரிந்துரை செய்தபோது பேரா. சுந்தரம் தனது சுண்டு விரலைக் கூட நீட்டி எதிர்ப்புத் தெரிவிக்கவில்லை. அந்த இரண்டு இட உள்ஒதுக்கீடுகளுக்கும் அம்பாசங்கர் கமிஷனின் புள்ளி விபரங்கள்தான் அடிப்படை யாக எடுக்கப்பட்டிருக்கிறது என்று தெரிந்தும் அன்று அமைதி காத்தார்.

பத்தி 31

பேராசிரியர் சுந்தரம் 69 சதவிகித இட ஒதுக்கீட்டிற்கு அம்பாசங்கர் அறிக்கையை ஏற்றுக் கையொப்பமிட்டார். முஸ்லீம்களுக்கும் கிறிஸ்துவர்களுக்கும் இட உள் ஒதுக்கீட் டிற்கும் அம்பாசங்கர் கமிஷன் அறிக்கையை ஏற்றுக் கையொப்பமிட்டார். இப்போது வன்னியர்களுக்கான இட உள்ஒதுக்கீடு என்றவுடன் அவர் அம்பாசங்கர் அறிக்கையை எதிர்ப்பதற்கு என்ன காரணம் என்று நான் ஏதும் சொல்லப்போவதில்லை. இட உள்ஒதுக்கீடு நியாயமற்றது என்கிறார். உச்ச நீதிமன்றத்தின் இந்திரா சஹானி தீர்ப்புக்கு எதிரான கருத்தை இவர் கொண்டுள்ளார். இவர் உச்ச நீதிமன்றத்தைவிட பெரிய ஆளா? வன்னியர், மருத்துவர்கள், மீனவர்கள் தங்களுக்கு இட உள் ஒதுக்கீடு கேட்கிறபோது வன்னியர்களுக்கு மட்டும், ஏன் நாம் பரிந்துரைக்க வேண்டும் என்று கேட்கிறார்.

பத்தி 36

அருந்ததியர்களுக்கு இட உள்ஒதுக்கீட்டிற்குப் பரிந்துரை செய்யப்பட்டபோது நீதிபதி ஜனார்த்தனன் எனும் நான் மட்டுமே ஒரு நபர் கமிஷனாக நியமிக்கப்பட்டிருந்தேன். அதில் பேரா சுந்தரம், சோசியாலாஜி குறித்து கருத்து கூறுபவராகத் தான் இருந்ததாகக் கூறுகிறார். அவர் ஆணையத்தின் உறுப்பினர் என்ற முறையில் என்னிடம் பொதுவாகப் பேச வருவார். அருந்ததியர் உள் ஒதுக்கீடு குறித்து நான் கேட்காமலேயே ஒரு அறிக்கையும் கொடுத்தார். எப்போதும் போல அது ஒரு குழப்ப அறிக்கை. அதை நான் எனது தனிநபர் கமிஷன் அறிக்கைக்குப் பயன்படுத்தவில்லை. இப்போது அவர் கொடுத்துள்ள அறிக்கையும் சரியில்லாதது. வன்னியர் உள் இடஒதுக்கீட்டை அவர் எதிர்ப்பதற்கு காரணம்

உள்ளது. (அவர் முற்படுத்தப்பட்ட சமுதாயமான ரெட்டியார் சமூகத்தைச் சேர்ந்தவர்) அனைத்து உறுப்பினர்களும் ஒன்று சேர்ந்துகொண்டு வன்னியர்களுக்கு கிடைக்க வேண்டிய சலுகைகளைத் தடுத்ததற்காக, ஒரு பிற்பட்ட சமூகத்திற்கு கிடைக்கவிருந்த சலுகையைத் தடுத்த குற்றத்தைச் செய்துள்ளனர். இதற்காக இவர்கள்மீது நடவடிக்கைகூட எடுக்கலாம். (எந்தச் சட்டம்? எந்த விதி? என்று சொல்லவில்லை.)

பத்தி 41

2.5 சதவிகித மக்கள் தொகை கூட இல்லாத பல சாதிகள் இட உள் ஒதுக்கீடு கேட்கிறார்கள். அவர்களுக்கு எப்படி உள் இடஒதுக்கீடு தர முடியும்?

பத்தி 43

எனது அறிக்கையை எதிர்க்கும் உறுப்பினர்கள் சொன்ன காரணங்கள்

1. இட உள் ஒதுக்கீடு இந்தச் சமயத்தில் தேவையில்லாதது.
2. சாதிவாரி மக்கள்தொகை தொடர்பாக போதுமான புள்ளி விபரங்கள் பிற்படுத்தப்பட்டோர் ஆணையத்திடம் இல்லை.
3. கமிஷன் தலைவர் தயாரித்த அறிக்கையைப் படித்துப் பார்க்க நேரம் தராமல், கூட்டம் நடந்தபோது அறிக்கை யைக் காண்பித்து அவசர அவசரமாகக் கையெழுத்து கேட்டார்.
4. உச்ச நீதிமன்ற தீர்ப்பின்படி 69% இட ஒதுக்கீட்டை அங்கீகரிக்க தமிழ்நாடு அரசுக்கு ஆணையம் மிக விரைவாக பரிந்துரை தர வேண்டியிருந்தது. விரைந்து செயலாற்ற வேண்டிய அப்படிப்பட்ட நெருக்கடியான சூழல் இப்போது இல்லை. ஆகவே அவசரப்பட்டு இட உள்ஒதுக்கீடு குறித்து அரசுக்குப் பரிந்துரை செய்ய வேண்டியதில்லை.
5. இட உள்ஒதுக்கீடு என்பது மிகவும் சர்ச்சைக்குரிய விஷயம். நாம் பரிந்துரைக்கும் வன்னியர் சமூகத்திற்கு மட்டும் 10.5 சதவிகிதம் கிடைக்கப் போகிறது என்றால் மிகவும் பிற்படுத்தப்பட்டோர் பட்டியலில் உள்ள மற்ற சாதிகள் கலவரம் செய்யக்கூடும்.

6. பாராளுமன்றத் தேர்தல் நடக்கயிருக்கும் இந்த நேரத்தில் சமூகத்தில் பெரும் மாற்றத்தை உண்டாக்கப் போகும் இட உள் ஒதுக்கீடு குறித்து அரசுக்குப் பரிந்துரை செய்ய வேண்டிய அவசியமில்லை.

7. உறுப்பினர்களுக்கான பதவி ஜூலை 2012ல் முடியப் போகிறது. (பதவி முடியப்போகும் நிலையிலுள்ள பிற்படுத் தப்பட்டோர் ஆணையம்) இவ்வளவு சர்ச்சைக்குரிய விஷயத்தில் அவசரப்பட்டு பரிந்துரை செய்ய வேண்டிய தில்லை.

பிற்படுத்தப்பட்டோர் ஆணைய உறுப்பினர்கள் சொன்ன இந்த எதிர்க்கருத்துக்கள் எல்லாம் எந்தவிதத்திலும் பொருந்தாக் கருத்து. பிற்படுத்தப்பட்டோர் ஆணையத்திற்கு அரசாங்கம் கொடுத்த அதிகாரத்தின் அடிப்படையிலேயே வன்னியர்களுக்கு 10.5 இட உள் ஒதுக்கீடு பரிந்துரைக்கப்பட்டது.

பத்தி 44

உச்ச நீதிமன்றம் பிற்படுத்தப்பட்டோருக்கான உள் இட ஒதுக்கீடு குறித்த ஆணையை உறுப்பினர்களும் அலுவல்வழி உறுப்பினர் செயலாளரும் (டாக்டர் மு. ராஜேந்திரன் இஆப) உள்வாங்கிக் கொள்ளவில்லை. வன்னிய குலசத்திரியர்களின் ஜனத்தொகை குறித்து நம்மிடம் உள்ள புள்ளி விபரங்களையும் இவர்கள் (1985ல் வெளிவந்த அம்பாசங்கர் அறிக்கை) கணக்கில் கொள்ளவில்லை.

இந்த நிலை உறுப்பினர்களது மனப்போக்கைக் காண்பிக் கிறது. இவர்கள் சட்டத்தை மதிக்கவில்லை. சட்டத்தை மீறியிருக்கிறார்கள். சமூகக் கடமையை மறந்துவிட்டார்கள். அரசு அலுவலர் செய்யக்கூடாத செயலை உறுப்பினர் செயலர் (டாக்டர் மு.ராஜேந்திரன் இஆப) செய்துள்ளார்.

உறுப்பினர்களுடன் நான் நடத்திய பேச்சு வார்த்தையிலிருந்து கண்டடையக் கூடிய முடிவு என்னவென்றால் மிகவும் பிற்படுத்தப்பட்டோர் பிரிவில் உள்ள 20 சதவிகிதத்தில் வன்னியர்களுக்கு 10.5 சதவிகித இட உள் ஒதுக்கீடு வழங்க வேண்டும் என்பதுதான். இப்படி இட உள்ஒதுக்கீடு வழங்கினால் அது உச்ச நீதிமன்றம் வழங்கிய தீர்ப்புகளுக்கு உட்பட்டதாகவே இருக்கும். இட உள்ஒதுக்கீடு என்பது அரசாங்கத்தின் தனிப்பட்ட அதிகாரம். அதற்கு ஏற்றபடி புள்ளிவிபரங்கள்,

சட்ட, அரசியலமைப்பு விதிகள், உச்ச நீதிமன்ற ஆணை என அனைத்தையும் பரிசீலித்துப் பரிந்துரை வழங்க வேண்டியது பிற்படுத்தப்பட்டோர் ஆணையத்தின் வேலை. இந்தப் பணியை இப்போதுள்ள உறுப்பினர்கள் அனைவரும் செய்யத் தவறிவிட்டனர். அவர்களது கருத்து மிகவும் விபரீதமாக உள்ளது. இந்த இட உள்ஒதுக்கீடு விஷயத்தில் ஆணையை உறுப்பினர்களின் ஒட்டுமொத்த கருத்தும் தமிழக அரசால் நிராகரிக்கப்பட வேண்டியது.

நீதிபதி எம்.எஸ். ஜனார்த்தனம்
தலைவர்
தமிழ்நாடு பிற்படுத்தப்பட்டோர்
ஆணையம், சென்னை.

/உண்மை நகல்/

கையொப்பம்
மக்கள் தொடர்பு அலுவலர்
அண்டர் செகரட்டரி
தமிழ்நாடு பிற்படுத்தப்பட்டோர் ஆணையம்

பின்குறிப்பு: பிற்படுத்தப்பட்டோர் ஆணைய தலைவர் ஓய்வுபெற்ற நீதிபதி எம்.எஸ். ஜனார்த்தனம் இந்தப் புகார்க் கடிதத்தில் சொல்லியது தவறு. அம்பாசங்கர் கமிஷன் அறிக்கை ஏற்கத்தக்கதல்ல. அதில் உள்ள புள்ளி விபரங்கள் சரியானவை அல்ல என அம்பாசங்கர் கமிஷனின் உறுப்பின ராகயிருந்த 95 வயதுள்ள முன்னாள் அமைச்சர் வி.வி. சாமிநாதன் தொடுத்த வழக்கில் உயர் நீதிமன்றமும், உச்ச நீதிமன்றமும் தீர்ப்பளித்து விட்டன. உறுப்பினர் செயலர் டாக்டர் மு.ராஜேந்திரன் இஆப உள்ளிட்ட அனைத்து உறுப்பினர்கள் இட உள்ஒதுக்கீடு சட்டத்தையும், அம்பாசங்கர் அறிக்கையையும், உச்ச நீதிமன்றத்தின் இட ஒதுக்கீடு குறித்த முந்தைய ஆணைகளையும் முறையாகக் கற்று சட்டத்தின் அடிப்படையில் ஏற்க முடியாதவற்றை நிராகரித்தும், ஏற்க வேண்டியதை ஏற்றும், அதன்படி நடந்துள்ளனர் என்று சென்னை உயர் நீதிமன்றத்திலும் நிரூபிக்கப்பட்டது.

முதல் பிற்பட்டோர் நல ஆணையத்தின் அறிக்கை

வருடம் : 1971

தலைவர் : திரு ஏ.என். சட்டநாதன், M.A
(ரிட்டயர்ட் கஸ்டம்ஸ் கலெக்டர்)

உறுப்பினர்கள்:

1. திரு எஸ். சின்னப்பன் BABL,
(ரிட்டயர்ட் டிஸ்டிரிக் – செசன்ஸ் ஜட்ஜ்)
22, யானைகட்டி மைதானம்,
கண்டோன்மெண்ட், திருச்சிராப்பள்ளி – 1.

2. திரு எம்.ஏ. ஜமால் ஹு சைன், BABL.
(ரிட்டயர்ட் டிஸ்டிரிக்ட் – செசன்ஸ் ஜட்ஜ்)
12, பெரம்பூர் ஹை ரோடு,
மெட்ராஸ் – 12.

3. பிற்படுத்தப்பட்டோர் நலத்துறை இயக்குநர்,
IAS அதிகாரி.
(அலுவல் சாரா உறுப்பினர்)

முக்கிய அம்சம்:

1. தலைவருக்கு எதிராக இரண்டு உறுப்பினர்கள் திரு ஜமால் ஹுசைன், திரு சின்னப்பன் எதிர்க்கருத்து தெரிவித்தனர். அலுவல் சாரா உறுப்பினர், செயலர் மற்றும் IAS அதிகாரி கருத்து எதுவும் தெரிவிக்கவில்லை.

2. தலைவரின் கருத்து அரசாங்கத்தால் ஏற்கப்பட்டது. இரண்டு உறுப்பினர்களின் கருத்து மாண்புமிகு முன்னாள் முதல்வர் டாக்டர் கலைஞர் மு.கருணாநிதியின் தலைமையிலான தி.மு.க. அரசால் நிராகரிக்கப்பட்டது.

இரண்டாம் பிற்படுத்தப்பட்டோர் ஆணையத்தின் அறிக்கை

வருடம்: 1985

தலைவர்: திரு ஜே.ஏ. அம்பாசங்கர் IAS (Rtd.)

உறுப்பினர்கள்:

1. *திரு ஜி.விஸ்வநாதன் (பின்னாளில்* VIT *வேந்தர்)*
2. *திரு வி.வி. சாமிநாதன்,* MLA *(பின்னாளில் அமைச்சர்)*
3. *அன்பில் தர்மலிங்கம் (முன்னாள் அமைச்சர்)*
4. *ஜான் வின்செண்ட்,* MLA
5. *லியாகத் அலி கான்*
6. *திருமதி சௌந்தரா கைலாசம்*
7. *திரு எஸ். கோபாலகிருஷ்ண யாதவ்.*
8. *திரு குழ. செல்லையா (முன்னாள்* MLA*)*
9. *திரு ஐ.டி. ஜவஹர் ராஜ்*
10. *திரு எஸ்.கே. பாலகிருஷ்ணன் (முன்னாள் மேயர், மதுரை)*
11. *இயக்குநர், பிற்பட்டோர் நலத்துறை,* IAS *அதிகாரி மற்றும் அலுவல் வழி உறுப்பினர் செயலர்.*
12. *இணை செயலாளர், சட்டத்துறை, கூடுதல் உறுப்பினர்.*
13. *திரு எம். கே. பாலசுப்பிரமணியம்* IAS (Rtd.)
14. *திரு குமரி அனந்தன்,* MLA

முக்கிய அம்சம்:

14 உறுப்பினர்களும், கமிஷன் தலைவரின் சுய சாதி அபிமானம் குறித்துக் கடுமையான வார்த்தைகளில் பதிவு செய்துள்ளனர். தலைவரின் அறிக்கையை ஏற்கவே கூடாது என அரசிற்குப் பரிந்துரை செய்தனர். இருப்பினும் 14 உறுப்பினர்களின் கருத்தை திரு எம்.ஜி.ராமசந்திரன் தலைமையிலான அ.தி.மு.க அரசு (அப்போது எம்.ஜி.ஆர் வெளிநாட்டில் மருத்துவ சிகிச்சையில் இருந்தார்) நிராகரித்தது. தலைவர் கருத்தை ஏற்றது.

வன்னியர்களுக்கு 10.5 இட உள்ஒதுக்கீடு வழங்கி வெளியான பிற்பட்டோர் ஆணையத்தின் அறிக்கை

வருடம் : 2012

தலைவர் : நீதிபதி (ஓய்வு) எம்.எஸ். ஜனார்த்தனம் முன்னாள் உயர் நீதிமன்ற நீதிபதி

உறுப்பினர்கள்:

1. பேராசிரியர் எஸ்.பி.தியாகராஜன்
2. பேராசிரியர் டி. சுந்தரம்
3. திரு கே.ஆர். முருகானந்தம் EX MLA
4. பேராசிரியர் வி.எம். முத்துக்குமார்
5. பேராசிரியர் ஆர். தாண்டவன்
6. டாக்டர் மு. ராஜேந்திரன் IAS,

பிற்படுத்தப்பட்டோர் நலத்துறை மற்றும் மிகவும் பிற்படுத் தப்பட்டோர் நலத்துறை ஆணையர் மற்றும் அலுவல்வழி உறுப்பினர் செயலர்.

முக்கிய அம்சம்:

1. மிகவும் பிற்பட்டோருக்கான ஒதுக்கீடான 20 சதவிகிதத் தில் 10.5% வன்னியர்களுக்கும் மீதி உள்ள 9.5% இட ஒதுக்கீட்டை 114 சாதிகளுக்கும் வழங்கத் தலைவர் பரிந்துரைத்தார். அனைத்து உறுப்பினர்களும் அதை எதிர்த்து கையெழுத்திட்டனர்.

2. ஆணைய உறுப்பினர்கள் குறிப்பாக பேராசிரியர் சுந்தரம், பேரா எஸ்.பி. தியாகராஜன், உறுப்பினர் செயலரும் IAS அதிகாரியுமான டாக்டர் மு.ராஜேந்திரன் IAS மீது தலைவர் புகார் தெரிவித்து அரசுக்கு அறிக்கை கொடுத்தார்.

3. உறுப்பினர்களின் கருத்தை அ.தி.மு.கவின் ஜெ. ஜெயலலிதா அரசு ஏற்றது. தலைவரின் கருத்தை ஏற்கவில்லை.

வன்னியர்களுக்கு 10.5%, குற்றப் பரம்பரையினருக்கு 7% மற்றும் 2.5% என அறிக்கை கொடுத்த பிற்படுத்தப்பட்டோர் ஆணைய அறிக்கை

வருடம் : 2021

தலைவர் : நீதிபதி (ஓய்வு) தணிகாசலம்

உறுப்பினர்கள்:

1. திரு டி. பிச்சாண்டி IAS (Rtd.)
2. திரு டி.என். ராமநாதன் IAS (Rtd.)
3. திரு வி.சந்திரசேகரன் IAS (Rtd.)
4. பேராசிரியர் ஏ. அழகுமலை.
5. டாக்டர் எம். சிவகுமார்
6. திரு அழகிரிசாமி
7. இயக்குநர் பிற்படுத்தப்பட்டோர் நலத்துறை
8. இயக்குநர் பிற்படுத்தப்பட்டோர் நலத்துறை – உறுப்பினர் செயலர்

சிறப்பு அம்சம்:

1. உறுப்பினர்களைக் கலந்து ஆலோசிக்காமல், வன்னியர் இட உள்ஒதுக்கீட்டிற்கென்றே அமைக்கப்பெற்ற நீதிபதி குலசேகரன் அறிக்கைக்குக் காத்திருக்காமல், இதற்கு முன்னால் நடந்த அம்பாசங்கர், நீதிபதி ஜனார்த்தனம் ஆணையங்களின் பரிந்துரையின் அடிப்படையில் *20% ஒதுக்கீட்டை, 10.5, 7%, 2.5% எனப் பிரிக்கலாம்* என்று தமிழ்நாடு அரசுக்கு ஆணையத் தலைவர் பரிந்துரை செய்தார். திரு எடப்பாடி பழனிச்சாமியின் அ.தி.மு.க அரசு சட்டமன்றத் தேர்தல் அறிவிப்பு வெளியான அன்று தலைவரின் பரிந்துரையை ஏற்றதாக அறிவித்தது.

2. தமிழக அரசின் இந்த ஆணை உயர் நீதிமன்றத்திலும், உச்ச நீதிமன்றத்திலும் உள் இட ஒதுக்கீடு ஆணை ரத்து செய்யப்பட்டது. 95 வயதுடைய திரு வி.வி.சாமிநாதன் (அம்பாசங்கர் கமிஷனின் உறுப்பினர்) பெயரில் வழக்கு நடத்தப்பட்டது.

3. வழக்கை ஒருங்கிணைத்து நடத்தியது டாக்டர் மு.ராஜேந்திரன் IAS, (நீதிபதி ஜனார்த்தனம் கமிஷனின் உறுப்பினர் செயலர்)

4. 1985–ல் வெளியான அம்பாசங்கர் கமிஷனின் அறிக்கை 14 உறுப்பினர்கள் அனைவரும் எதிர்த்துக் கையெழுத் திட்டதால் அம்பாசங்கர் அறிக்கையை உயர் நீதி மன்றமும் உச்ச நீதிமன்றமும் நிராகரித்தன.

5. 2012–ல் வெளியான நீதிபதி ஜனார்த்தனம் கமிஷனின் 10.5 சதவிகித உள் ஒதுக்கீடு, சரியான புள்ளி விபரங்கள் இன்றி, சாதிவாரி கணக்கெடுப்பு இல்லாமல் பரிந்துரைக்கப்பட்டுள்ளது என்று உறுப்பினர் செயலர் டாக்டர் மு.ராஜேந்திரன் IAS உடன் சேர்ந்து 5 உறுப்பினர்கள் எதிர்த்துக் கையெழுத்திட்டதை உச்ச நீதிமன்றம் ஏற்று தமிழ்நாடு அரசு வழங்கிய 10.5 உள் ஒதுக்கீடு ஆணை செல்லாது எனத் தீர்ப்பு வழங்கியது.

சாதிவாரிக் கணக்கெடுப்பு நடத்தாமல் இட உள்ஒதுக்கீடு வழங்கக் கூடாது என்று 2012–ஆம் ஆண்டில் 6 பேர் தெரிவித்த கருத்து தற்போது இந்தியா முழுவதும் நிலைபெற்று விட்டது. பல மாநில அரசுகள் சாதிவாரிக் கணக்கெடுப்பிற்கு உத்தரவிட்டுள்ளன. தமிழ்நாட்டில், அ.தி.மு.க., பா.ம.க உட்பட பல கட்சிகள் சாதிவாரிக் கணக்கெடுப்பு நடத்த வேண்டும் என்று கோரிக்கை வைத்துள்ளன.

சேவல் கூவி விடிந்தது.

திரு.எடப்பாடி அரசு வழங்கிய 10.5 சதவிகித இட ஒதுக்கீட்டு ஆணைக்கு எதிராக உயர்நீதி மன்றத்தில் வழக்குத் தொடர்ந்தவர்கள்

1. P. விஜயகுமார்
S/o S. பழனிவேல்
1/55 வடக்கு தெரு
K. காமாட்சிபுரம்
கட்டக்காமன்பட்டி
நிலக்கோட்டை தாலுகா
திண்டுக்கல் – 624202

2. N. வளன் சந்திரா
S/o நித்தியானந்தம்
4, ராஜ் கமல் நகர்
பெல் அமோர்சஸ் காலனி
பாளையம்கோட்டை
திருநெல்வேலி – 627002

3. C. விஜயகுமார்
S/o K. செல்லையா
4/201 தாமரை தெரு
குறிஞ்சி நகர்
ஆத்திகுளம், மதுரை – 625014

4. Dr வி. பிரபு
S/o லேட் S. மருதமுத்து
166/114 பிருந்தாவன் ஆர்சிட் அப்பார்ட்மெண்ட்
பிளாட் நம்பர் 303
செல்வம் நகர்
கிங்ஸ் லே அவுட், திண்டல் (P.O)
ஈரோடு – 638012

5. S. நாகரத்தினம்
S/O சரவணன்
35 A. ஜாஸ்மின் இல்லம்,
வில்லாபுரம், மதுரை.

6. V. கருணாநிதி
பொதுச்செயலாளர்
ஆல் இந்தியா ஜங்கம் வெல்பேர் அசோசியேசன்
2B, பாலாஜி தெரு, அன்னை இந்திரா நகர்
வேளச்சேரி,
சென்னை – 600042

7. Dr. சேம நாராயணன்
S/o சேம உடையார்
137, கக்கன் காலனி
நுங்கம்பாக்கம்
சென்னை – 600034

8. R. ராமதாஸ் (வயது 65)
S/o R. ராஜாங்கம்
ஜாயிண்ட் பிரசிடென்ட், தலைமை ஜங்கம்
சமூக நல சங்கம்
1352 B வள்ளலார் காலனி,
19 வது மெயின் ரோடு,
அண்ணா நகர் மேற்கு – 600040

9. T. பாலமுருகன்
S/o தமிழரசன்
2/321-2-1 அய்யாவு தேவர் நகர்
அய்யர் பங்களா
மதுரை – 625014

10. சொசைட்டி ஃபர் ரைட்ஸ் ஆப்
பேக்வர்ட் கம்யூனிட்டீஸ்,
செயலாளர்
P. திருஞான சம்பந்தம்
D. 105 ஐஸ்வர்யா காம்ளக்ஸ்
கோபாலபுரம்
கோயம்பத்தூர் – 641 018

11. A. மயிலேறும் பெருமாள்
    S/o ஆறுமுக நைனார்
    69/11E பக்கிள் புரம், 2 வது தெரு
    தூத்துக்குடி – 628003

12. பசும் பொன் மக்கள் கழகம்
    நிறுவனத் தலைவர்
    S. இசக்கிமுத்து
    S/o சங்கரலிங்கம்
    6/7 D-2, இரண்டாவது தெரு,
    பாரதி அவென்யூ, கோட்டூர். சென்னை – 600085

13. பெருமிளை ஸ்ரீ குரும்ப நாயனார்
    ஆன்மீக மற்றும் சமுதாய ட்ரஸ்ட் செயலாளர்,
    குரும்ப பாளையம்,
    மதுக்கரை, கோயம்பத்தூர் – 641105

14. இந்தியன் மீனவர்கள் அசோசியேசன்
    (பதிவு எண் 202/2010)
    266, SN செட்டி தெரு
    ராயபுரம், சென்னை – 600013
    அதன் தலைவர்
    MD தயாளன் (ஆண் 51)
    S/o தட்சிணாமூர்த்தி
    37/13 GA ரோடு, F1 4வது ப்ளாக்
    சாந்தி காலனி, பழைய வண்ணாரப்பேட்டை
    சென்னை – 600021

15. பாலமுரளி
    S/o மகாதேவன்
    1/191 சுந்தர வள்ளியம்மன் தெரு
    கமுதக்குடி, பரமக்குடி தாலுகா
    ராமநாதபுரம் – 7

16. அனைத்து மறவர் வெல்பேர் பெடரேசன்
    அதன் தலைவர் கே. சண்முகசாமி
    4/200 A தாமரை தெரு
    குறிஞ்சி நகர், ஆத்திகுளம். மதுரை – 625014

17. N. ரங்கநாதன்
    S/o நாகப்பன்
    24/228 C-12
    குமரன் நகர், கோவை ரோடு, அன்னூர் (TP)
    கோயம்புத்தூர் – 641653

18. P. வெள்ள துரை
    S/o பழனிசாமி
    211, வடக்கு தெரு
    இருமங்குளம் கிராமம்
    வடக்கு புதூர் போஸ்ட்
    சங்கரன் கோயில் தாலுகா
    திருநெல்வேலி – 627756

19. V.V. சாமி நாதன் (வயது 95)
    S/o வேலாயுதம்
    A1, ராக மாலிகா அப்பார்ட் மென்ட்ஸ்
    திருவேங்கடம் தெரு
    மந்தவெளி, சென்னை – 600004

20. V. சின்னாண்டி (வயது 87)
    S/o வேலுசாமி கவுண்டர்
    ப. அம்பா சமுத்திரம் போஸ்ட்
    உத்தம பாளையம் தாலுகா
    தேனி மாவட்டம்

21. D. ரதராஜ் V. ராயர்
    S/o L.P. டெலிகேட் V. ராயர்
    மாவட்ட செயலாளர் – மீனவர் பிரிவு L J D
    லோக் தந்திரிக் ஜனதா தள்
    36, செயின்ட் ஜார்ஜ் தெரு
    தூத்துக்குடி – 628 001

22. K. மனோகரன்
    S/o கிருஷ்ணன் 3/44
    மெயின் தெரு, மூன்றடைப்பு
    நான்குநேரி தாலுகா
    திருநெல்வேலி மாவட்டம்.

23. J. சுரேஷ்
S/o ஜெயராயன்
4/773 அன்னை நகர்
அண்ணா நகர், வண்டியூர்
மதுரை - 625020

24. குற்றப் பரம்பரை வெல்பேர் அசோசியேசன் தலைவர்
டாக்டர் வி. ஜெபமணி (வயது 65)
S/o மாயாண்டித் தேவர்
4/12A பாரதியார் நகர்
10 வது தெரு, தேனி மெயின் ரோடு
நாகமலை, மதுரை - 625019

25. முக்குலத்தோர் முன்னேற்ற சங்கம்
நிறுவனத் தலைவர் M. வீரப்பெருமாள்,
S/o K. முத்து ராமலிங்கம்
1/16 P. கீரத்தை பன்னந்தை போஸ்ட்
கடலாடி தாலுகா
ராமநாதபுரம் மாவட்டம்

நீதிமன்றத்தின் மூலம் 10.5% இட உள் ஒதுக்கீட்டை ரத்து செய்ய வைக்க சட்டப் போராட்டத்துக்குத் துணை நின்ற முன்னாள் அமைச்சர் வி.வி.சாமிநாதன் அவர்களிடம் நூலாசிரியர் மு.ராஜேந்திரன் நீதிமன்றத் தீர்ப்பினைக் காட்டி மகிழ்ந்த தருணம்.